தமிழகப் பாளையங்களின் வரலாறு

மு. கோபி சரபோஜி

இராமநாதபுரம் மாவட்டத்தில் உள்ள அழகன்குளம் என்ற கிராமத்தில் பிறந்தவர். அறிவியலில் இளங்கலைப் பட்டமும் தமிழில் முதுகலைப் பட்டமும் பெற்றிருக்கிறார். தனியார் நிறுவனம் ஒன்றில் கணக்காளராகப் பணியாற்றி வருகிறார். கவிதை, கட்டுரை, வாழ்க்கை வரலாறு, தன்னம்பிக்கை, வரலாறு, ஆன்மிகம், புனைவு என்று எழுத்தின் பல தளங்களிலும் பயணித்து வருகிறார். அச்சு, இணைய இதழ்களில் இவர் படைப்புகள் வெளிவந்திருக்கின்றன. 26 நூல்களும் 10 மின் நூல்களும் வெளிவந்திருக்கின்றன.

தமிழகப் பாளையங்களின் வரலாறு

மு. கோபி சரபோஜி

கிழக்கு

தமிழகப் பாளையங்களின் வரலாறு

Thamizhaga Palayangalin Varalaru

M. Gopi Saraboji ©

First Edition: November 2020

144 Pages

ISBN 978-81-948653-6-0

Kizhakku - 1214

Kizhakku Pathippagam

177/103, First Floor, Ambal's Building, Lloyds Road,
Royapettah, Chennai - 600 014. Ph: +91-44-4200-9603
Email : support@nhm.in Website : www.nhm.in

kizhakkupathippagam kizhakku_nhm

Cover Illustration: Shyam

Kizhakku Pathippagam is an imprint of New Horizon Media Private Limited

<u>சமர்ப்பணம்</u>

பாட நூல்களுக்கு வெளியிலுள்ள
வரலாற்றின் சுவாரசியங்களை
வாசிப்பதற்கு வழிகாட்டிய
என் தந்தைக்கு.

உள்ளே...

1. பாளைய வரலாற்றின் தொடக்கம் ... 13
2. பாளையங்களின் உதயம் ... 17
3. பாளையமும், பாளையக்காரரும் ... 25
4. பிற்காலப் பாளையங்கள் ... 36
5. பாளையக்காரர்கள் எதிர் கொண்ட சிக்கல்கள் ... 43
6. முதல் பெரும் படையெடுப்பு ... 57
7. ராமநாதபுரத்தின் வீழ்ச்சியும்,
சிவகங்கையின் கர்ஜனையும் ... 76
8. தன்னுரிமையை இழந்த நவாப் ... 82
9. மீண்டும் ஒலித்த குரல் ... 94
10. வீரர்களைச் சிறை மீட்ட
தென்னிந்தியப் புரட்சி ... 113
11. எல்லைகளைக் கடந்த கிளர்ச்சி ... 126
12. பாளையங்களின் மறைவும்,
ஜமீன்களின் உதயமும் ... 136

சில வார்த்தைகள்

17ஆம் நூற்றாண்டு தொடங்கி தென் இந்தியாவின் மத்திய காலம் வரை இந்திய சுதந்திரப் போரில் பாளையக்காரர்களின் பங்கு குறிப்பிடத்தக்கது. தில்லி சுல்தான்களின் ஆட்சி தமிழகத்தில் காலூன்ற ஆரம்பித்த நேரத்தில் பாண்டியப் பேரரசு தன் எச்சங்களை மட்டுமே கொண்டிருந்தது. விஜயநகரப் பேரரசு மலர்ந்த நிலையில் சாதி ரீதியிலான பாளையங்கள் உருவாயின. தொடர்ந்து நிகழ்ந்த அரசியல் மாற்றங்களால் தென்னிந்தியாவில் நாயக்க மரபு நிலைபெற்றபோது பாளையங்களை ஆட்சி செய்த பாளையத்தலைவர்களின் அதிகார வரம்புகள் உயர்ந்தன. சேதுபதிகள் பரம்பரை ஆரம்பமானது.

கர்நாடகம், தக்காணம், உள்ளிட்ட தென்பகுதி சுதேசசாம்ராஜ்யங்களின் சரிவும், பிரெஞ்சுப் படைகளின் தோல்விகளும், நவாபுகளோடு ஆங்கிலேயர்கள் செய்து கொண்ட ஒப்பந்தங்களும் பாளையங்களைப் பெருமளவு பாதிப்பிற்குள்ளாக்கின. ஆங்கிலேயர்களும், நவாபும் தங்களின் அதிகாரங்களைப் பயன்படுத்திக் கொண்டு வரிவசூலுக்காக பாளையங்களுக்குள் நுழைய ஆரம்பித்தபோது பாளையத் தலைவர்களுடன் நேரடி மோதல் ஆரம்பமானது.

தென்னிந்தியாவில் தங்களது ஆதிக்கத்தை நிலைநிறுத்த நவாபும் ஆங்கிலேயர்களும் பாளையத்தலைவர்களோடு போரிடுவதிலேயே அதிக காலத்தைச் செலவிட வேண்டி வந்தது. இங்கிலாந்திலிருந்து கொண்டுவரப்பட்ட கனரக ஆயுதங்களையும், படைகளையும் கொண்டு

போரிட்ட போதும் ஆங்கிலேயர்கள் தங்களின் தளபதிகளையும் வீரர்களையும் பெருமளவில் இழந்தனர். தங்கள் மீது விழுந்த தோல்விக் கறைகளை அழிக்க அப்போர்கள் நிகழ்ந்த இடங்களை அவர்கள் அழித்தொழித்த வரலாறும் உண்டு.

தென்னிந்திய சுதந்திரப்போரில் நீண்ட தாக்கத்தை ஏற்படுத்தியதோடு, ஐரோப்பியர்களின் நாடு பிடிக்கும் ஆசைக்குப் பெரும் தடையாகவும் இருந்த பாளையங்கள் பற்றியும், அதன் தலைவர்கள் பற்றியும் மிகக் குறைவான தகவல்களே பொதுவான வரலாறுகளின் வழி வாசிக்கக் கிடைக்கின்றன.

பாரசீக மொழியில் இருந்து இன்னும் மொழி பெயர்க்கப்படாத ஆவணங்களில் பாளையங்கள் சார்ந்த தகவல்கள் இன்னும் புதைந்திருக்கின்றன. இந்தச் சூழலில் பாளையக்காரர்கள் பற்றிய தகவல்களை யாத்திரீகர்கள் குறிப்பு, நாட்டுப்புறப்பாடல்கள், சரித்திரக்கும்மி, சமஸ்தானங்களின் வரலாறு, தென்னிந்தியப் போர்க்குறிப்புகள், ஆனந்தரங்க பிள்ளை நாட்குறிப்புகள், அச்சமயங்களில் கள ஆய்வு செய்து எழுதிய வரலாற்றாய்வாளர்களின் பதிவுகள், காப்பக ஆவணக்குறிப்புகள் மூலம் துண்டு, துண்டாக மட்டுமே அறியும் நிலை இருக்கிறது.

மேற்குறித்த தகவல்களின் வழி பாளையத்தலைவர்களின் தனிப்பட்ட வாழ்க்கை வரலாறு, பாளையங்கள் பற்றிய வரலாறுகளை எழுதியவர்கள் தங்களின் விருப்பத்திற்கேற்ப அவைகளைப் பதிவு செய்து வைத்துள்ளனர். ஒப்புமை நோக்கில் வாசிக்கும்போது இனத்தையும், வம்சத்தையும், குலத்தையும் முன்னிறுத்தி அத்தகைய நூல்கள் எழுதப்பட்டிருப்பதையும், வரலாறுகளை தங்கள் வசதிக்கேற்ற மனநிலையில் புனைவுகளாக்கி இருப்பதையும் அறிய முடிகிறது.

வெறும் பரப்புரைகளாக மட்டுமே வரலாற்றின் பக்கங்களை பாளையத்தலைவர்கள், பாளையங்கள் சார்ந்த நூல்கள் நிரப்பி நிற்கின்றன என்றே சொல்லலாம். பூலித்தேவன், ஊமைத்துரை ஆகியோரின் இறுதிக்காலம், கட்டப்பொம்மனின் ஆங்கிலேய எதிர்ப்பு நிலை, கட்டப்பொம்மனுக்கும் எட்டப்பனுக்கும் முரண்கள் வர காரணங்கள், கான்சாகிப்பின் ஆரம்பகால வரலாறு, மருது பாண்டியர்களின் இறுதிக்கால நிலை, சிவகங்கைச்சீமையில் அவர்களின் அதிகார நிலை இவைகளைப் பற்றி பல்வேறு நூல்களிலும் சொல்லப்பட்டிருக்கும் முரண்பட்ட தகவல்களை உதாரணமாகச் சொல்லலாம்.

இந்த நிலையில் வெளிவந்திருக்கும் இத்தொகுப்பில் எல்லா தகவல்களையும் சில வரிகளிலேனும் அடையாளப்படுத்த முயன்றிருக்கிறேன். முரண்பட்ட தகவல்களை ஒப்புமைப்படுத்தி பெரும்பான்மையான வரலாற்றாய்வாளர்களால் ஏற்றுக் கொள்ளப்பட்ட தகவல்களைப் பயன்படுத்தி இருக்கிறேன். முரண்களையும் சுட்டிக்காட்டி இருக்கிறேன். ஆங்கிலேயர்களுக்கு எதிராக பாளையங்களைக் கட்டி எழுப்பிய பாளையத்தலைவர்களை எந்த ஒரு வரையறைகளுக்கும் நிறுத்தாமல் அவர்களுடைய பங்களிப்புகளை மட்டுமே பதிவு செய்திருக்கிறேன்.

சுதந்திரக்கனலின் சுவாசம் வட இந்தியாவில்தான் தொடங்கியது என்பதை வடநாட்டு ஆய்வாளர்கள் நிலை நிறுத்த முயன்று அதில் ஓரளவு வெற்றியும் பெற்று விட்டனர். இந்த நிலையில் அதற்கான ஆரம்ப வித்து தென்னிந்தியாவில் தான் விதைக்கப்பட்டது என்பதைச் சொல்வதற்கான ஆதாரமாக பாளையக்காரர்களின் வரலாறுகளே நமக்குக் கை கொடுக்கின்றன. அதற்கான கூடுதல் இறுக்கத்தை இத்தொகுப்பு தரும் என நம்புகிறேன். தவிர, தனிப்புத்தகமாக மாறும் நெடிய வரலாற்றைக் கொண்ட இத்தொகுப்பின் ஒவ்வொரு தலைப்பும் குறித்து மேலும் விரிவாக அறிந்து கொள்வதற்கான தூண்டலைத் தரும் என்பது கூடுதல் நம்பிக்கை.

சிநேகத்துடன்

மு. கோபி சரபோஜி

-1-

பாளைய வரலாற்றின் தொடக்கம்

பாளையங்களின் வரலாறு என்பதும், தென் இந்திய வரலாறு என்பதும் சமகாலத்தில் இருந்தே தொடங்குகிறது. விஜயநகரப் பேரரசுக்கு முன் தேவகிரியை தலைநகராகக்கொண்டு யாதவர்களும், வாரங்கலைத் தலைநகராகக்கொண்டு காகதீயர்களும், துவார சமுத்திரத்தை தலைநகராகக்கொண்டு ஹொய்சாளர்களும், மதுரைப் பகுதிகளில் பாண்டிய அரசர்களும் ஆட்சி செய்துவந்தனர். இவர்களுக்கிடையே நிலவிவந்த ஒற்றுமையின்மையாலும், தங்களின் ஆளுகைக்கு உட்பட்ட பகுதிகளை இவர்கள் பாதுகாக்கத் தவறியதாலும் வடக்கே டெல்லியைக் கைப்பற்றி சுல்தானிய ஆட்சியை நிறுவிய இஸ்லாமியப் படையெடுப்புகளுக்கு இப்பகுதிகள் ஆளாக நேர்ந்தது.

கி.பி. 1296ல் தேவகிரியையும், 1309ல் வாரங்கலையும், 1311ல் துவாரசமுத்திரத்தையும் வீழ்த்திய சுல்தானியர்கள் மதுரையின் மீதும் தங்கள் பார்வையைச் செலுத்தினர்.

தமிழக மண்ணில் பிறைநிலா

தமிழகத்தில் முதலாம் மாறவர்மன் குலசேகரன் ஆட்சிக்குப் பின் பாண்டியப் பேரரசு சிதைய ஆரம்பித்தது. வாரிசுரிமைப் போரினால்

ஏற்பட்ட இந்தச் சிதைவை சுல்தான்களின் காலம் (மாலிக்காபூர் வருகை), விஜயநகர அரசர் காலம் (கிருஷ்ண தேவராயர் வருகை) என இரண்டு பகுதிகளாகப் பிரிக்கலாம்.

முதலாம் மாறவர்மன் குலசேகரனுக்கு பட்டத்து அரசி மூலம் சடையவர்மன் சுந்தரபாண்டியன் என்ற மகனும், ஆசைநாயகி மூலம் சடையவர்மன் வீரபாண்டியன் என்ற மகனும் இருந்தனர். பட்டத்திற்குரிய மகனை விட்டுவிட்டு ஆசைக்குரியவளின் மகனுக்கு இளவரசு பட்டம் சூட்டி முதலாம் மாறவர்மன் குலசேகரன் பாதகம் செய்தான். தனக்குரிய உரிமையை விட்டுத் தர விரும்பாத சடையவர்மன் சுந்தரபாண்டியன் தந்தையைக் கொன்று அரியணை ஏறினான். அப்போதே பாண்டியப் பேரரசின் வீழ்ச்சிக்கான வாரிசுரிமைப் போர் ஆரம்பித்தது. சடையவர்மன் சுந்தரபாண்டியனைவிட சடையவர்மன் வீரபாண்டியன் சகல விதத்திலும் சிறந்தவனாக இருந்ததால் கிளர்ச்சிகள் மூலம் பாண்டிய நாட்டின் அரியணையைக் கைப்பற்றினான்.

அக்காலகட்டத்தில் தில்லியைத் தலைமையிடமாகக்கொண்டு அலாவுதீன் கில்ஜி ஆட்சி செய்துகொண்டிருந்தான். அவனுக்கு தக்காணத்திலும், தென்னிந்தியாவிலும் இஸ்லாத்தைப் பரப்ப வேண்டும் என்ற வேட்கை இருந்தது. தவிர, மதுரையின் செல்வவளம் பற்றியும், பாண்டியர்களின் வலிமையான யானைப் படையில் இருந்த யானைகள் குறித்தும் மார்க்கோபோலோ மற்றும் அவனுடைய தூதர்கள் மூலம் அறிந்திருந்தான். அவைகளைக் கொள்ளையிடவேண்டும் என்ற எண்ணமும் இருந்தது. இதனால் வாரங்கல்வரை வந்து வெற்றியடைந்திருந்த தன் தளபதி மாலிக்காபூரைத் தமிழகத்திற்கு அனுப்ப முடிவு செய்தான் கில்ஜி. அதைச் செயலாக்குவதற்கான வாய்ப்பு ஹொய்சாள, பாண்டிய மன்னன் மூலம் அவனைத் தேடி வந்தது.

துவாரசமுத்திரத்தை (தற்போதைய ஹலேபீடு) தலைநகராகக் கொண்டு வீரவல்லாளன் என்ற ஹொய்சாள மன்னன் ஆண்டு வந்தான். அவனுடைய ஆட்சி தமிழகத்தின் வடபகுதிவரை பரவி இருந்தது. தமிழகத்தின் தென்பகுதி பாண்டியர்களின் வசமிருந்தது. பாண்டிய சகோதரர்களான சடையவர்மன் வீரபாண்டியனுக்கும், சடையவர்மன் சுந்தரபாண்டியனுக்கும் ஏற்பட்ட ஆட்சிப் போட்டியினை வீரவல்லாளன் தனக்குச் சாதகமாக்கிக்கொள்ள நினைத்தான். பாண்டிய ஆட்சிப் பகுதியைக் கைப்பற்றும் நோக்கில் படை நடத்தி வந்தான். ஆனால் விதி வேறு வடிவில்

விளையாடியது. வீரவல்லாளன் தெற்கு நோக்கி படையெடுக்க அவனின் வடக்குப் பகுதி நோக்கி மாலிக்காபூர் தன் படைகளோடு வந்துகொண்டிருந்தான். துவாரசமுத்திரத்தைக் கைப்பற்றி முகாமிட்டான்.

மாலிக்காபூரின் தென்னிந்தியப் படையெடுப்பின்போது தமிழகத்தைத் தாக்கும் எண்ணம் அவனுக்கு இல்லை. வாரிசுரிமைப் போரில் தன் சகோதரனிடம் நாட்டை இழந்த சடையவர்மன் சுந்தரபாண்டியன் டெல்லியை ஆட்சி செய்த சுல்தான்களின் உதவியை நாடினான். இதை விட நல்ல சந்தர்ப்பம் வாய்க்காது என நினைத்த அலாவுதின் கில்ஜி மாலிக்காபூரைத் தமிழகத்திற்குள் நுழைய உத்தரவிட்டான். சடையவர்மன் சுந்தர பாண்டியனுக்கு ஆதரவாக வந்த மாலிக்காபூர் படைகள், எதிர்த்து நின்ற சடையவர்மன் வீரபாண்டியனின் படைகளை விரட்டி, விரட்டி வேட்டையாடியது. மாலிக்காபூர் மதுரையைக் கைப்பற்றினான். தனக்கு ஆதரவாக வந்தவனாலயே ஆபத்தும் வரும் என கனவிலும் சடையவர்மன் சுந்தரபாண்டிபன் நினைத்திருக்கவில்லை. ஆனால், அவன் நினைக்காத ஒன்று அங்கு நடந்தேறியது. தன் பிரதிநிதியை ஆட்சியாளனாக நியமித்து விட்டு மாலிக்காபூர் டெல்லி திரும்பினான். தமிழ் மண்ணில் பிறைநிலாவின் ஆட்சி உதயமானது. சுமார் 62 ஆண்டுகள் மதுரையில் சுல்தான்களின் ஆட்சி இருந்தது. கியாசுதீன் துக்ளக் ஆட்சியில் துக்ளக் பேரரசின் 23ஆவது மாநிலமாக பாண்டிய நாடு மாறியது.

மாலிக்காபூரினால் வீழ்த்தப்பட்ட பாண்டியர்கள் அதன் பின் சிதறுண்டு போயினர். ஆங்காங்கே சிற்றரசுகளை அமைத்தனர். தங்களுக்கென கோட்டை, கொத்தளங்களை அமைத்துக்கொண்டு குறுநில மன்னர்களாக ஆளத் தொடங்கினர். ஒரே சமயத்தில் நான்கைந்து பகுதிகளில் நான்கைந்து பேர் ஆட்சி செய்யக்கூடிய பாண்டிய முறை இருந்தது. 1266ல் அரசு கட்டில் ஏறிய மாறவர்மன் குலசேகரன் காலத்தில் பாண்டிய நாட்டில் 'ஐந்து பாண்டியர்' அரசாண்டதாக மார்க்கோ போலா தன் பயணக் குறிப்பில் எழுதி இருக்கிறார். அதேபோல இஸ்லாமிய வரலாற்று யாத்திரிகன் 'வாசப்' சுந்தரபாண்டியனின் மூன்று சகோதரர்கள் உரிமை பெற்று அரசாண்டார்கள் என்கிறார். இத்தகைய ஆட்சி முறையினால் குழப்பங்களே நிலவின. மதுரை நகரைக் கைப்பற்றுவதற்காக அவர்களுக்கிடையே போர்கள் நடைபெற்றன.

அக்காலகட்டத்தில் சிற்றரசர்களாக விளங்கிய அதிவீரராம பாண்டியன், வரதுங்க பாண்டியன் ஆகியோரைப்பற்றிய குறிப்புகள் வரலாற்றில் காணக் கிடைக்கின்றன. அதிவீரராம பாண்டியன் தென்காசியையும், வரதுங்க பாண்டியன் கரிவலம் வந்த நல்லூரையும் தலைநகராகக்கொண்டு ஆட்சி செய்துவந்தனர். ஒரு நூற்றாண்டு காலம் இப்படி நிலைப்புத் தன்மையற்ற நிலை பாண்டிய சிற்றரசர்களிடையே இருந்து வந்தது. இந்தச் சூழலில் விஜயநகரப் பேரரசின் இரண்டாம் அரசரான முகம்மது புக்கரின் மகன் குமாரகம்பணன் மதுரை நோக்கிப் படையெடுத்து வந்து சுல்தான்களை வெற்றிகொண்டான். அந்த வெற்றியால் சுல்தான்களின் ஆட்சி முடிவுக்கு வந்தது. விஜயநகரப் பேரரசின் ஆளுகையின் கீழ் மதுரை வந்தது.

-2-

பாளையங்களின் உதயம்!

விஜயநகரப் பேரரசின் ஆளுகைக்குள் வந்த மதுரை அப்பேரரசுக்குக் கப்பம் கட்டி வந்தது. விஜயநகரப் பேரரசின் புகழினை உச்சிக்குக் கொண்டுசென்ற கிருஷ்ண தேவராயர் காலத்தில் விஜயநகரம் பகைகளால் சூழ்ந்திருந்தது. வடக்கில் பீஜப்பூர் சுல்தான்கள், கிழக்கில் ஒரிஸ்ஸாவின் கஜபதிகள், தெற்கில் உம்மத்தூர் குறுநில மன்னர்கள் என திசைக்கொரு பகைவர்கள் நின்று உறுமிக்கொண்டிருந்தனர். இவர்களைச் சமாளித்து பேரரசின் அதிகாரத்தை நிலைநிறுத்த பீடபூமிப் பகுதிகளில் கோட்டைகளை எழுப்பினார் கிருஷ்ண தேவராயர். உயர்ந்து நின்ற இந்தக் கோட்டைகள் விஜயநகரம் நோக்கி வரும் பகைவர்களை தொலைவிலேயே கண்டறிந்து தற்காப்பு ஏற்பாடுகளைச் செய்துகொள்ளப் பயன்பட்டன. தமிழகத்தில் நாயக்கர் காலத்தில் திருப்பத்தூர், திண்டுக்கல், சங்ககிரி, திருச்சி, தியாகதுர்க்கம் ஆகிய இடங்களில் இத்தகைய கோட்டைகள் உருவாக்கப்பட்டன.

இதன் தொடர்ச்சியாக சமவெளிப்பகுதிகளில் பாளையங்கள் மீட்டுருவாக்கம் செய்யப்பட்டன. இந்த மீட்டுருவாக்கத்திற்கு பொருளாதாரம், போரியல் என்ற தேவைகள் இருந்தது.

காடுகளாகவும், பயன்பாடற்றும் கிடந்த நிலங்களைச் சரி செய்தும், சமன் செய்தும் விளைநிலங்களாக மாற்றி வேளாண்மையை அதிகரிக்கச் செய்ததன் மூலம் அம்மக்களின் பொருளாதார தேவைகள் நிறைவேற்றம் கண்டன. போர்ப்பயிற்சி பெற்ற வேடர்கள், இறக்குமதி செய்யப்பட்ட குதிரைகள், உருவாக்கப் பட்ட பீரங்கிகள் துணையோடு மிகச் சிறந்த போர்ப்படையை வைத்திருந்தாலும் அதன் எண்ணிக்கை விஜயநகரப் பேரரசுக்குப் போதுமானதாக இல்லை. காலாட்படை வீரர்கள் பெருமளவில் தேவைப்பட்டனர். போர்க்காலங்களில் அவர்களைத் திரட்டு வதற்கும், மற்ற நேரங்களில் அவர்களை ஒழுங்கிற்குள் வைத்திருப்பதற்கும் ஓர் அமைப்பு தேவையாக இருந்தது. அந்த அமைப்பே பாளையங்களாக உருவானது. 'பாலாமு' என்ற தெலுங்குச் சொல்லில் இருந்தே 'பாளையம்' என்ற சொல் உருவானது. 'பாலாமு' என்றால் 'ராணுவ முகாம்' என்று பொருள். அதை நிர்வாகம் செய்ய நியமிக்கப்பட்டவர் 'பாளையக்காரர்' என அழைக்கப்பட்டார்.

விஜயநகர மன்னர்களால் உருவாக்கப்பட்ட இப்பாளையப்பட்டு முறையை அவர்களுக்கு முந்தைய ஆட்சியாளர்கள் உருவாக்கி இருந்தமுறையின் தொடர்ச்சியாகவே வரலாற்றாய்வாளர்கள் பார்க்கின்றனர். 'கண்டஷேர்', 'காட்டுப்பாடி', 'அமரம்', 'பாளையம்' என்று வெவ்வேறு பெயர்களில் அழைக்கப்பட்ட இம்முறை விஜயநகரம் தோன்றுவதற்கு முன்பே வாரங்கல் அரசி ருத்ரமாதேவி என்கிற ருத்ராம்பாவால் தோற்றுவிக்கப்பட்டு மறைந்து போனதை இதற்கு ஆதாரமாகச் சுட்டுகின்றனர்.

பாளையங்களின் ஆரம்பகாலம் குறித்து 'தமிழ்நாட்டுப் பாளையக் காரர்களின் தோற்றமும், வீழ்ச்சியும்' நூலில் 'பாளையக்காரர்கள் திடீரென்றோ, தன்னெழுச்சியாகவோ உருவாகவில்லை. வரலாற்றுச்சூழல் மற்றும் அரசியல் கருத்துக்கள் இரண்டின் ஊடாட்டத்தின் விளைவாக படிப்படியாக உருவானவர்கள்' என்றும், 'கால ஓட்டத்தில் மறையத் தொடங்கி இருந்த பாளையக்கார முறையானது அந்நிய ஆட்சியாளர்களின் தொடர் படையெடுப்பு, உள் நாட்டினரின் மட்டற்ற விடுதலை உணர்ச்சி, புதிய அரசுகள் தங்களது அதிகாரத்தைப் பெரும் வலிமை கொண்டதாக ஆக்கிக் கொள்ளாமல் போனது ஆகியவைகளால் பாளையப்பட்டுகள் மீண்டும் உருவாக ஆரம்பித்தன' என்று கே.ராஜய்யன் குறிப்பிடுகிறார்.

குடியேற்றங்களால் உருவான பாளையங்கள்

விஜயநகரப் பேரரசு தமிழ் பகுதிகளில் காலூன்றத் தொடங்கியதும் தெலுங்கு, கன்னடர் குடியேற்றங்கள் பெருமளவில் நிகழ்ந்தன. 'தமிழகம் தெலுங்கர்களான விஜயநகர வேந்தர்களின் ஆட்சியில் இருந்தபோது தெலுங்கர்கள் இந்நாட்டில் வந்து குடியேறாமலா இருப்பார்கள்? தெலுங்கர் ஆட்சியில் தெலுங்கர் குடியேறுவது இயற்கை. ஆதலால், தெலுங்கர்களான கம்மவார்களும், நாயக்கர்களும், ரெட்டியார்களும், பிற கன்னடர்களும் அலுவலர் களாகவும், போர்வீரர்களாகவும், வணிகர்களாகவும் தமிழ் நாட்டில் குடியேறினார்கள்' என்று அ.கி. பரந்தாமனார் 'மதுரை நாயக்கர் வரலாறு' நூலில் குறிப்பிட்டுள்ளார்.

முஸ்லிம் ஆட்சியை வீழ்த்திய குமாரகம்பணன் நாட்டை 14 பிரிவுகளாகப் பிரித்து ஒவ்வொரு பிரிவிலும் பாசறை அமைத்து படைகளைத் தங்க வைத்தான். மேற்குத் தொடர்ச்சி மலைக்கருகில் பரந்து கிடந்த வனாந்திரப் பகுதியில் பூசப்பாடி ராஜுக்கள் படை தங்கியது. இவர்கள் இங்கு வீடமைத்து பாளையத்தை உருவாக்கி கோட்டைகளைக் கட்டிக்கொண்டனர். விஜயநகரப் பேரரசு தென் குமரி வரை பரவ ஆரம்பித்ததும் ஆந்திராவின் பல பகுதிகளிலும் இருந்து வந்த ராஜுக்கள், முன்பு பூசப்பாடி ராஜுக்கள் தங்கி இருந்த பகுதிகளில் குடியேறினர். இவர்கள் 26 ஊர்களில் இருந்து வந்ததாகக் கூறப்படுகிறது. பூசப்பாடி என்ற வீட்டுப் பெயரைக் கொண்ட ராஜுக்களே முதன் முதலாக பாண்டிய நாட்டில் குடியேறியதாக பிரிட்டிஷ் மானுடவியல் ஆய்வாளரான தர்ஸ்டன் 'தென்னிந்திய சமூகங்கள் ஆய்வு' நூலில் கூறுகிறார்.

ஆரம்பத்தில் 'ராஜுக்கள்' என அழைக்கப்பட்ட இவர்கள் பின்னர் 'ராஜாக்கள்' என அழைக்கப்பட்டனர். முதலில் குடியேறிய வீரர்கள் தங்கிய இடம் 'பழைய பாளையம்' எனவும், பின்னர் வந்து குடியேறிய வீரர்கள் தங்கிய இடம் 'புதுப்பாளையம்' எனவும் அழைக்கப் பட்டது. பின்னர் இவை இரண்டும் இணைந்து ஒரே நகரமானது. ஆந்திராவில் இருந்து தமிழகத்திற்கு வந்து ராஜு படை வீரர்கள் தங்கியிருந்த அந்த நகரம் 'ராஜபாளையம்' என்று அழைக்கப் பட்டது. மதுரைக்குத் தெற்கே 60 மைல் தொலைவில் இருக்கும் ராஜபாளையம் இப்படித்தான் உருவானது.

முஸ்லிம் படையெடுப்பிற்கு அஞ்சி கூட்டம், கூட்டமாக வந்தவர்கள், வேட்டையாடும் நோக்கத்தோடு காட்டு நாய்களுடன்

மருத நிலத்தை ஆக்கிரமித்தவர்கள், விஜயநகரப் பேரரசின்போது வந்து குடியேறியவர்கள் என மூன்று வகைகளில் அத்தகைய குடியேற்றங்கள் நிகழ்ந்தன. அவை பெரும்பாலும் தாமிரபரணி சார்ந்து நெல்லை, வைகையைச் சார்ந்து மதுரை, வாணிபம் சார்ந்து கம்பம், கடலூர், போடி ஆகிய இடங்களில் நிகழ்ந்தன. இதன் காரணமாக பாளையங்களின் எண்ணிக்கை ஒரே மாதிரியாக இருக்கவில்லை. புதிய பாளையங்களின் தோற்றம், பழைய பாளையங்களின் மறைவு என பாளையங்களின் எண்ணிக்கை ஒவ்வொரு ஆட்சிக் காலத்திலும் ஒவ்வொரு எண்ணிக்கையில் இருந்து வந்தது.

தென் தமிழகத்தைப் பொருத்தவரை மரபு வழியாக, தெய்வீக உரிமையாக, குறிப்பிட்ட சேவைக்காக வழங்கப்பட்ட சலுகைக்காக நிலப் பகுதிகளைக் கொண்டிருந்தவர்கள் ஆட்சி மாற்றங்களைச் சாதகமாக்கிக்கொண்டு தங்களை நிலைப்படுத்திக்கொண்டனர். இப்படியாகவே ராமநாதபுரம், கழுகுமலை, சிங்கம்பட்டி, ஊத்துமலை, பாஞ்சாலங் குறிச்சி ஆகிய பாளையங்கள் உருவாகி இருந்தன. நாயக்கர்கள் தமிழ் நாட்டில் நுழையும்போதே இங்கு மரபு வழியாலும், முயற்சியால் பெற்றவகையிலும் பாளையக் காரர்கள் பலர் இருந்தனர் என 'மதுரை நாயக்க மன்னர்களின் வரலாறு' நூலில் சத்தியநாத அய்யர் குறிப்பிடுகிறார்.

நாயக்கர் ஆட்சிக்கு முன்பே தமிழகத்தில் பாளையங்கள் தமிழ்நாட்டில் சிற்றரசர்களுக்கே உரிய அதிகாரத்துடன் இருந்து வந்தன என குருஹதாசப் பிள்ளை 'திருநெல்வேலி சீமைச் சரித்திரம்' நூலில் கூறுகிறார். கால்டுவெல் 'திருநெல்வேலி வரலாறு' நூலில் இதை யூகமாக முன் வைக்கிறார். பாண்டியநாடு முதலில் ராமநாதபுரம் தொடங்கி மணியாச்சிவரை பதினாறு பாளையங்களாகப் பிரிக்கப்பட்டிருந்தன. இந்தப் பாளையங்கள் பெரும்பாலும் மறவர் பாளையங்களாக இருந்தன. இவர்கள் நாயக்கர் ஆட்சிக்கு பெரும் தலைவலியாக இருந்தனர். இவர்களைக் கட்டுப்படுத்த புதிய பாளையங்கள் உருவாக்கப்பட்டன. இப்புதிய பாளையங்கள் குடியேற்றங்கள் மூலம் உருவாக்கப்பட்டது.

இந்தச் சூழலில் தெலுங்கு, கன்னடர்கள் குடியேற்றங்கள் நிகழ ஆரம்பித்தது. சோழநாடு மராத்தியர் கைவசம் சென்றதும் தங்களைப் பாதுகாத்துக்கொள்ள அங்கிருந்த தெலுங்கு நாயக்கர்கள் பாண்டிய நாட்டினுள் குடியேறினர். கன்னியாகுமரி, திருவனந்தபுரம், திருநெல்வேலி, மதுரை, ராமநாதபுரம், கோவை,

சேலம், திருச்சி ஆகிய பகுதிகளில் கம்பளத்து நாயக்கர்களும், கவரா, சோணியர், ஒட்டர், சக்கிலியர், தொம்பர் ஆகிய தெலுங்கு சாதிகளும், தெலுங்கு பிராமணர்களும் குடியேற்றங்களை அமைத்தனர். தமிழகத்தில் இருந்த பாளையங்களில் பெரும் பாலானவை கம்பளத்து நாயக்கர்களால் ஆளப்பட்டது. இவர்கள் 'வடுகர்' என்று அழைக்கப் பட்டனர். சேதுநாடு தவிர பாண்டிய நாட்டின் அனைத்துப் பகுதிகளிலும் தெலுங்கு நாயக்கர்களின் எண்ணிக்கை அதிகமானது, கரூர், சேலம் போன்ற போட்டி இல்லாத பகுதிகளில் எளிதாக தங்களை மன்னர்களாக அவர்கள் அறிவித்துக்கொண்டனர்.

விஜயநகரப் பேரரசின் வீழ்ச்சியைத் தொடர்ந்து இஸ்லாமியப் படையெடுப்பிற்கு அஞ்சி சிறு சிறு படைகளோடு தமிழகத்திற்குள் நுழைந்தவர்கள் மதுரை, செஞ்சி, தஞ்சை நாயக்கர்கள் உதவியுடன் தமிழகப்பகுதிகளைக் கைப்பற்றி ஆட்சி செய்ய ஆரம்பித்தனர். இப்படி உருவான பாளையங்களால் பாளையக்காரர்கள் ஒரே குடியினராக அல்லது ஒரே மொழியினராக இருக்கவில்லை, திருநெல்வேலி, ராமநாதபுரம் ஆகிய இடங்களில் இருந்த பாளையக்காரர்கள் மறவர் குடியினராக இருந்தனர். மதுரை, திருச்சி, தஞ்சாவூர் பகுதிகளில் கள்ளர் குடியினராக இருந்தனர். திருநெல்வேலி, திண்டுக்கல், கோயம்பத்தூர் ஆகிய பகுதிகளில் நாயக்க (தொட்டிய) இனத்தவராக இருந்தனர். பாளையக் காரர்களைப் போலவே பாளையங்களும் ஒரே அளவில் இருக்கவில்லை.

நாயக்கர் ஆட்சியும், பாளையங்களும்...

கிருஷ்ண தேவராயர் ஆட்சிக் காலத்தில் (கி.பி.1509 - 1530) பாண்டிய நாட்டை சந்திரசேகர பாண்டியன் ஆண்டு வந்தான். அவனை வீரசேகர சோழன் தாக்கி பாண்டிய நாட்டின் பெரும்பகுதியைக் கைப்பற்றிக்கொண்டான். இதனால் சந்திரசேகர பாண்டியன் தன் மைந்தனுடன் விஜயநகரம் சென்று கிருஷ்ண தேவராயரிடம் முறையிட்டான். டெல்லி சுல்தானியத்திடம் சடையவர்மன் சுந்தரபாண்டியன் கேட்ட உதவி மதுரையில் சுல்தான்களின் ஆட்சியைக் கொண்டுவந்தது. அதேபோல, சந்திரசேகர பாண்டியன் கிருஷ்ண தேவராயரிடம் கேட்ட உதவி மதுரையில் நாயக்கர் ஆட்சி மலர வழிவகுத்தது.

தனக்குக் கப்பம் கட்டும் மன்னனாக இருந்த பாண்டியனுக்கு உதவ தன் தளபதி நாகமநாயக்கரை கிருஷ்ண தேவராயர் அனுப்பி

வைத்தார். சோழ மன்னனை வீழ்த்தி மதுரையை மீட்ட நாகமநாயக்கர் தனக்கு இடப்பட்ட கட்டளையை மறந்தார். தன்னையே மதுரையின் மன்னராக பிரகடனப்படுத்திக்கொண்டார். பாண்டிய மன்னனிடம் அரச பதவியை ஒப்படைத்துவிட்டு நாடு திரும்பும்படி கிருஷ்ணதேவராயர் இட்ட கட்டளையையும் தூக்கி எறிந்தார். நிலைமை மோசமாவதை உணர்ந்த கிருஷ்ணதேவராயர் விசுவநாத நாயக்கர் தலைமையில் ஒரு படையை அனுப்பி வைத்தார். நாகமநாயக்கரின் மகன்தான் விசுவநாத நாயக்கர்! தந்தையை வழிக்குக் கொண்டுவர தனயன் படைகளோடு வந்தான்.

அரச விசுவாசத்தை நிரூபிக்கும் வேங்கையாக வந்த விசுவநாத நாயக்கர் தந்தையைக் கைது செய்து கிருஷ்ணதேவராயர் முன் நிறுத்தினார். மகனின் விசுவாசத்தை மெச்சி தந்தையின் தகாத செயலை மன்னித்த கிருஷ்ண தேவராயர் விசுவநாத நாயக்கரை மதுரையின் நாயக்கராக நியமித்தார்.

விசுவநாத நாயக்கருக்கு விசுவாசமுள்ள அமைச்சராகவும், தளவாயாகவும் (சேனைத் தலைவர்) இருந்தவர் அரியநாத முதலி. அரசு பதவிகளில் உயர்ந்த பதவியில் இருந்தவர்கள் 'முதலி' என்று அழைக்கப்படுவர். விசுவநாத நாயக்கர், அவருடைய மைந்தர்கள் இருவர் என மூன்று நாயக்கர்களிடம் பணியாற்றிய பெருமை அரியநாத முதலிக்கு உண்டு. விசுவநாத நாயக்கர் ஆட்சிக் காலத்தில் பாண்டிய நாட்டில் அமைதியின்மை நிலவியது. அரியநாத முதலி வட பாண்டி நாட்டில் கலகக்காரர்களை ஒடுக்கி அமைதியை நிலவச் செய்தார். ஆனால், தென்பாண்டி நாட்டில் நிகழ்ந்த குழப்பங்களையும், கலகங்களையும் அவ்வளவு எளிதாக அவரால் கட்டுப்படுத்த முடியவில்லை.

மதுரையில் நாயக்கர் ஆட்சி அமைவதற்கு முன் தமிழ்நாட்டை ஆண்ட பாண்டியர்களின் தலைமுறையினர் தென்னகம் முழுக்க சிற்றரசர்களாக இருந்தனர். வாரிசுரிமைப் போட்டிகளால் சிதறிக் கிடந்த அவர்கள் நாயக்கர்களை வென்று மதுரையைக் கைப்பற்ற முயன்றுகொண்டிருந்தனர். அதன் பொருட்டு தொடர்ச்சியாக கிளர்ச்சிகளிலும், வன்முறைகளிலும் ஈடுபட்டு வந்தனர். இதனால் பாண்டிய சிற்றரசர்களையும், குறுநிலமன்னர்களையும் வீழ்த்த படையெடுப்புகள் நடத்தப்பட்டன.

கயத்தாறை தலைநகரமாகக்கொண்டு ஆட்சி செய்த 'பஞ்ச வழுதிகள்' என்ற ஐந்து பாண்டியர்கள் விசுவநாத நாயக்கர்

ஆட்சிக்கு கட்டுப்பட மறுத்தனர். திருநெல்வேலிச் சீமையில் இருந்த கள்ளர், மறவர் இனத்தவர்களை ஒன்று திரட்டி நாயக்க அரசை வீழ்த்த படையெடுத்து வந்தனர். அப்படைகளை அரியநாத முதலி தலைமையிலான நாயக்கப் படைகளால் வெல்ல முடிய வில்லை. தொடர்ந்து போரிட்டு வீரர்களை இழக்க விரும்பாத விசுவநாத நாயக்கர் மற்போர் செய்ய அவர்களை அழைத்து வெற்றி பெற்றார். பாண்டியர்கள் தோல்வியடைந்தனர். இதை 'ஐவர் இராசாக்கள் கதை' என்ற நாட்டுக் கதைப் பாடல் கூறுகிறது. 'வெட்டும் பெருமாள்' என்ற தெலுங்கு தளபதியின் படையை எதிர்த்து நின்ற பாண்டிய சிற்றரசர்களின் நடுகற்கள் திருநெல்வேலி பகுதிகளில் கிடைத்திருக்கின்றன.

ராமநாதபுரம் சேதுபதிகள் மறவர்கள் தலைமையில் மதுரை நாயக்கர்களை எதிர்த்தனர். இந்தச் சூழலில் நாயக்கர் ஆட்சியை ஸ்திரப்படுத்திக் கொள்ள வேண்டிய கட்டாயம் விசுவநாத நாயக்கருக்கு ஏற்பட்டது. அதற்கான ஒரு திட்டமாக ஏற்கெனவே இங்கு இருந்த ஒரு நடைமுறையை மாற்றாமல் அப்படியே ஒரு வரையறைக்குட்பட்ட நிர்வாக முறையாக மாற்றினார். அரியநாதமுதலியின் திட்டத்தை அப்படியே ஏற்பது சரியாக இருக்குமென விசுவநாத நாயக்கரும் நினைத்தார். அப்போதைய நிலையில் பழைய நடைமுறைகளில் தலையிடுவது புதியதொரு சிக்கல்களை உருவாக்கும் சூழ்நிலையைக்கொண்டிருந்தது. இத்திட்டத்திற்கு மைய அரசின் அனுமதியைப் பெற்ற விசுவநாத நாயக்கர் பாளையக்காரர்களுடனான உறவை ஒரு தெளிவு நிலைக்குக் கொண்டுவந்தார். பாளையக்காரர்களை அங்கீகரித்ததன் மூலம் அப்பகுதிகளின் நிர்வாக அமைப்பு சீரானது. அப்பகுதிகளின் பாதுகாப்பு உறுதியானதோடு உள்ளூர் மக்களும் அச்சமற்ற வாழ்வு வாழ முடிந்தது. இவ்விரண்டிற்கும் அப்பகுதி பாளையக்காரரை பொறுப்பாக்கியதன் மூலம் அவரின் அதிகார வரம்பும் உயர்வடைந்தது.

மதுரை நாயக்க ஆட்சியை ஸ்திரப்படுத்திக் கொள்ளவும், நிர்வாக வசதிக்காகவும் மட்டுமே பாளையப்பட்டு முறை உருவாக்கப்பட வில்லை. இது தவிர -

- விசுவநாத நாயக்கர் ஆட்சியில் சேலம், கோயம்பத்தூர் மாவட்டங்களும், திருச்சிராப்பள்ளியில் இருந்து நாகர்கோவில் வரை உள்ள பகுதிகளும் அடங்கியிருந்தன. இப்பகுதிகளைத் தமிழ் சிற்றரசர்கள் பலர் ஆண்டு வந்தனர். அவர்களைப்

போலவே பாண்டிய அரசு விஜயநகரப் பேரரசின் ஆட்சிக்குக் கீழ் வருவதற்கு முன்பே தமிழகத்தில் குடியேறி இருந்த தெலுங்கு மக்களும் சில பகுதிகளை தங்கள் ஆதிக்கத்தில் வைத்திருந்தனர். விஜயநகரப் பேரரசின் ஆட்சிக்காலத்தில் வந்து குடியேறிய தெலுங்கு நாட்டு பிரபுக்களும், கன்னட நாட்டு பிரபுக்களும் தங்கள் மனம் போன போக்கில் தாங்கள் விரும்பிய பகுதிகளை ஆட்சி செய்து வந்தனர். ஆனால் அவர்கள் மதுரை ஆட்சிக்குக் கப்பம் கட்ட மறுத்தனர். அவர்களை ஒழுங்கு செய்து கப்பம் கட்ட வைக்கவும் -

- நாயக்கர் ஆட்சி முறையை அமல்படுத்தியபோது அதற்கு மிகப்பெரிய அளவில் கிளம்பிய எதிர்ப்புகளை சமாளித்து அமைதியை நிலைநாட்டவும் -

- விசுவநாத நாயக்கர் விஜயநகரத்தில் இருந்து வரும்போதே தனது உறவினர் பலரையும் அழைத்து வந்திருந்தார். பதவி, பட்டங்களுடன் அவர்களை ஆட்சிப் பொறுப்பில் அமர்த்தி சிறப்புச் செய்ய வேண்டிய கட்டாயத்தை நிறைவேற்றவும் -

- புதிதாக வென்ற இடங்களைப் பாதுகாத்து அங்கு தன் அதிகாரத்தை நிலைநாட்ட அரசுக்கு சாதகமாக இருக்கக்கூடிய ஒருவரின் தலைமையில் படையமைப்பை அமைக்கவும் -

- சிதறிக் கிடந்த பாண்டிய சிற்றரசர்கள் மீண்டும் படை திரட்டி ஆட்சியைத் தக்க வைக்க முயல்வதைத் தடுத்து அவர்களை குறுநில மன்னர்களாக நியமிக்கவும் -

இதுபோன்ற காரணங்களாலும் பாளைய உருவாக்கம் அவசிய மானதானது. விஜயநகரப் பேரரசு காலத்தில் நிர்வாகம் செய்ய ஏதுவாக நாட்டை சிறு, சிறு மண்டலங்களாக பிரித்ததைப் போல விசுவநாத நாயக்கர் தன் தளவாய் அரியநாத முதலியோடு சேர்ந்து பாளையங்களை வரையறை செய்தார். இந்தப் பாளையப் பட்டுமுறை ஆந்திராவில் காகதீய பேரரசுகளால் உருவாக்கப்பட்டதாக சில நூல்கள் கூறுகின்றன. எப்படியாயினும் தென் தமிழகத்தைப் பொருத்தவரை பாளையப்பட்டுமுறை விசுவநாத நாயக்கர் காலத்தில் வரையறை செய்யப்பட்டது என்பதில் பெரும்பாலான வரலாற்றாசிரியர்கள் உடன்படுகின்றனர்.

-3-

பாளையமும், பாளையக்காரரும்...

விசுவநாத நாயக்கர் காலத்தில் தென்னாட்டிலிருந்த சிற்றரசர்கள், பெருமக்கள், வீரத் தலைவர்கள் பெயர்களோடு புதிதாகக் குடியேறிய தெலுங்குப் பெருமக்கள் பெயர்களும் தொகுக்கப் பட்டன. அவர்கள் வசம் இருந்த ஊர்கள் கணக்கிடப்பட்டன, முந்தையவர்கள் ஆண்ட பகுதிகளை அவரவர்களுக்குக் கொடுத்தனர். புதியவர்களுக்கும், அதுவரை எதுவும் பெற்றிராதவர் களுக்கும் பல சிற்றூர்கள் பிரித்துக் கொடுக்கப்பட்டன. இப்படி பிரித்துக் கொடுக்கப்பட்ட ஊர்கள் 'பாளையம்' என்றே அழைக்கப் பட்டது.

ஒவ்வொரு பாளையமும் கிராமங்கள், தலைவர்களின் சொந்த நிலம், ஊர் பொது நிலம், கோயில்கள் அனைத்தையும் உள்ளடக்கியது. இதன் அளவு ஒரே மாதிரியாக இருப்பதில்லை. ராமநாதபுரம், சிவகங்கை பெரிய பாளையங்களாகும். ஏழாயிரம் பண்ணை, மணியாச்சி ஆகியவை சிறிய பாளையங்களாகும். பாளையக்கார முறை ஏறத்தாழ நாயக்கார முறையை ஒத்திருந்தது. பாளையங்களில் பெரிய பாளையங்கள் ஆளுனரின் கீழும், சிறிய பாளையங்கள் பெரிய பாளையக்காரர்கள் கீழும் இருந்தன.

அரியநாதமுதலி பாண்டிய மண்டலத்தில் இருந்த ஐம்பத்தி இரண்டு கோட்டங்களை 72 பாளையங்களாக வரையறை செய்தார்.

'பாண்டிய தேசம் மதுராபுரிக்கு விசுவநாத நாயக்கர் அவர்களுக்கு பட்டாபிஷேக மானதின் பின் தளவாய் அரியநாத முதலியார் அவர்களும், விசுவநாத நாயக்கரும் இருபேருமாக மதுராபுரிக்கு வந்து முன் பாண்டியன் போட்டிருந்த கோட்டையைச் சுற்றி விலாசமாய் 72 கொத்தளத்துடனே கோட்டை போட்டு 72 கொத்தளத்துக்கும் 72 பாளையக்காரரையும் நேர்முகம் செய்கிறது. திருமஞ்சன வாசலுக்குப் பிரதட்சணமாய் வடக்கு மூலையில் என்பதாங் கொத்தளம் காக்கச் சொல்லி...' - என்று 'ஈரோடு மாவட்ட வரலாறு' நூலில் இடம் பெற்றுள்ள அம்மைய நாயக்கனூர் ஜமீன்தாரி வம்சாவளியின் ஆவணப்பகுதி வழியாக 72 பாளையங்கள் உருவாக்கப்பட்டதை அறிய முடிகிறது. கோட்டையின் 72 கொத்தளமும் கொத்தளத்துக்கு ஒருவர் வீதம் 72 பாளையக்காரர் வசம் ஒப்படைக்கப்பட்டிருந்தது.

பாளையக்காரர் தம் ஆட்சிக்குட்பட்ட இடங்களில் காடுகளை அழித்தல், கிராமங்களை உருவாக்குதல், பயிர்த் தொழில் பெருக்குதல், கைத்தொழில் வளர்த்தல், குளங்கள் வெட்டுதல், நீர்ப்பாசன வசதிகள் செய்தல், கால்வாய்கள் அமைத்தல், சாலைகள் அமைத்தல், வழக்குகளை விசாரித்து நீதி வழங்குதல், படைகளை உருவாக்கிப் பாதுகாத்தல், நாட்டைக் காவல் புரிதல், தன் பாளையம் தவிர அரசருக்குச் சொந்தமான சிற்றூர்களை (சர்க்கார் நிலங்கள்) கண்காணித்தல் ஆகியன பாளையக்காரரின் முக்கிய கடமை களாகும். தேவைப்பட்டால் பேரரசருக்கு போருக்கு உதவும் வகையில் தன் படைகளையும் அனுப்பி வைப்பார். பாளையத்தைப் பாதுகாக்கும் செலவும், போர்க்களத்திற்கு பேரரசருக்கு உதவியாக படைகளை அனுப்பும்போது ஆகும் செலவும் பாளையக்காரரைச் சேர்ந்தது.

பாளையக்காரரின் உள் நாட்டு ஆட்சியில் பேரரசு தலையிடுவ தில்லை. இதனால் இவர்கள் தனி அரசர்களாகவே வலம் வந்தனர். பாளையத்தின் பிரதிநிதியாக மைய அரசில் 'ஸ்தானாதிபதி' என்னும் அமைச்சர் இருப்பார். இவர் மூலமாகவே பாளையக்காரர் அரசரைத் தொடர்புகொள்வார். ஆங்கிலேயர்கள் பாளையங்களைத் தங்கள் ஆளுகையின் கீழ் கொண்டுவந்த பின் ஸ்தானாதிபதி பதவியை ஒழித்தனர்.

பாளையக்காரர் தனது பாளையத்தின் அரசர் ஆவார். அவரை அப்பாளைய மக்கள் 'மன்னர்' என்றே அழைத்தனர். அவர் வசிக்கும் இடம் அரண்மனை என்றழைக்கப்பட்டது. பாளையக்காரர் பெருமக்களும், மற்றவர்களும் சூழ அரண்மனையில் வீற்றிருப்பார். விசேஷ, சிறப்பு நாட்களில் குடிமக்கள் அவரைப் பணிந்து காணிக்கை செலுத்துவார்கள். பாளையக்காரருக்கென பரிவாரங்கள், ராஜ அடையாளங்களான குடை, சாமரம், முரசு ஆகியவை இருந்தன.

'பாளையக்காரர்கள் பொது இடத்தில் தோன்றுகையில் கண்ணியமும், பொலிவும் பொருந்திய தோற்றத்திற்கு முன்னுரிமை தருவது ஒரு பொது விதியாக இருந்தது. அவரது தோற்றப் பொலிவுக்கு தலைப்பாகை, தலைப்பட்டி. வெற்றிச்சின்னம், கங்கணம், தங்கச்சங்கிலி, காப்புகள் சுற்றிக் கட்டப்படும் தங்க மணிகள், குலுங்கும்படியான வெண்ணிற கம்பளி அங்கி, கைப்பிரம்பு, கொடி, குடை, ஒளிமிக்க விளக்கு, விதானம் ஆகிய அலங்காரங்கள் அடங்கியவை. மயில் தோகைகளால் அலங்கரிக்கப்பட்ட ஆசனங்களில் அமர்ந்து அவர்கள் தர்பார்களை நடத்தினர். யானை, குதிரை, ஒட்டகங்கவில் பயணித்தும், பல்லக்குகளில் பவனி வந்தும் ஆடம்பர வாழ்வு வாழ்ந்தனர்' என பாளையக்காரர்களின் பரிபாலனங்கள் குறித்து 'தமிழ்நாட்டுப் பாளையக்காரர்களின் தோற்றமும், வீழ்ச்சியும்' நூலில் கே. ராஜய்யன் குறிப்பிடுகிறார்.

'மன்னர்கள் அரண்மனையில் இருக்கும்போது பட்டு வேட்டியும், பட்டுச் சால்வையுமாகக் காட்சி அளித்தனர். கொலு மண்டபத்திற்குச் செல்லும்பொழுதும், வெளியூர்களுக்குப் பயணம் செய்யும் பொழுதும் பட்டாலான நீண்ட மேலங்கித் தலைப்பாகை, அணிமணிகள், உடைவாள் ஆகியவைகளை அணிந்து செல்வர்' என டாக்டர் எஸ்.எம். கமால் எழுதிய 'சேதுபதி மன்னர் வரலாறு' நூல் அரண்மனை நடைமுறைகள் பற்றிய தகவல்களைத் தருகிறது.

பாளையங்களின் ஆட்சி முறை

பாளையக்காரர் ஆட்சி முறையில் ஒவ்வொரு ஊரிலும் பயிரிடுவோர் சபை, சாதி அடிப்படையிலான சபை என இருவகை சபைகள் இருந்தன. ஜனநாயக முறையில் இயங்கிவந்த இச்சபைகளில் உட்கட்சிப் பூசல் இல்லாதவரை அவற்றின்

செயல்பாட்டில் பாளையக்காரர் தலையிடமாட்டார். முன்சீப் (ஊர்த்தலைவர்), கர்ணம் (கணக்கன்) இருவரையும் பாளையக் காரரே நியமித்தார். பரம்பரை வாரிசு முறையில் இவர்கள் நியமிக்கப்பட்டனர். முன்சீப் 'மக்கதம்' அல்லது 'படேல்' என்றழைக்கப்பட்டார். இவர் பாளையக்காரர் சார்பில் ஊராட்சி முறையையும், வசூலையும் கவனிப்பார். பாளையக்காரருக்கும், மக்களுக்கும் இவரே தொடர்பு அதிகாரி என்பதால் கிராம மக்களிடையே இவருக்கு நல்ல செல்வாக்கு இருந்தது.

ஊரில் உள்ள நிலங்களின் அளவு, தரம் ஆகியவற்றையும், மற்ற விபரங்களையும் எழுதி வைப்பதும், முன்சீப்புக்கு அவரது வேலைகளில் உதவுவதும் கர்ணத்தின் முக்கியமான பணியாகும். இத்தகைய விபரங்களை எழுதி வைக்கும் பேரேட்டிற்கு 'ரோஷம்' என்று பெயர். முன்சீப், கர்ணம் இருவரின் கீழும் காவல்காரர் (தலையாரி), தோட்டி இருவரும் இருந்தனர். இவர்களுக்கென நிரந்தர ஊதியம் கிடையாது. ஊருக்குத் தக்கபடி ஊதியம் இருந்தது. ஊதியமாக நிலம், தானியம், பணம் ஆகியவைகள் வழங்கப் பட்டன.

பாளையங்களில் நீதி பரிபாலனம் புதிய முறையில் இருந்தது. ஊர் சபையும், பாளையக்காரரும் ஊர் வழக்குகளை விசாரித்து தீர்ப்பு வழங்கும் அதிகாரம் கொண்டிருந்தனர். ஊர் சபையில் முன்சீப்பும், கர்ணமும் உறுப்பினராகி வழக்குகளை விசாரித்து தண்டத்தொகை போடுவதும், கசையடி கொடுப்பதும் உண்டு. நெய்யைக் காய்ச்சி கையில் ஊற்றி குற்றவாளிகளைக் கண்டுபிடிக்கும் தெய்வீக முறையும் இருந்தது.

ஊர் சபையில் தக்க நிவாரணம் தங்களுக்குக் கிடைக்கவில்லை என சம்பந்தப்பட்டவர் நினைத்தால் பாளையக்காரரிடம் மேல் முறையீடு செய்யலாம். அவர் நேரடியாக விசாரித்து தீர்ப்பு வழங்குவார். தண்டனைகள் வழங்குவதில் அவருக்கும் சில அதிகார வரைமுறைகள் இருந்தது. கை, கால் முதலிய உறுப்புகளை குறைத்தல், கொலைத் தண்டனையளித்தல் தவிர பிற தண்டனைகளை மட்டுமே பாளையக்காரர் வழங்க முடியும். பெரிய தண்டனைகளை அரசவை மன்றம் மட்டுமே வழங்கும் அதிகாரம் கொண்டிருந்தது.

ஆவணங்கள் ஏதுமின்றி வெறும் வாய்மொழியின் பேரில் மேற்கொள்ளப்படும் ஒப்புதல்களை மிகச் சரியாகக்

கொண்டுசெலுத்த இந்த ஊர்ச்சபை உதவியது. பாதிக்கப் பட்டவருக்கு நீதி கிடைக்க இது மிகச் சரியான வழியாக இருந்தது. அதேநேரம் செல்வாக்கும், கையூட்டும் நீதியை சில சமயங்களில் ஒருபக்கம் சார்ந்தவைகளாக்கின. கொலை போன்ற கடுமையான குற்றம் புரிந்தவர்களிடம் பெருந்தொகையைப் பெற்றுக்கொண்டு மன்னித்துவிட்ட வழக்குகளும் ஊர்ச்சபை நீதி பரிபாலனைகளில் நிகழ்ந்தன.

பாளையக்காரருக்கு நிலவரி, பிறவரி, காவற்பணம் வருமானமாக வந்தது. கரிசல்மண், செம்மண், பொட்டல், வேம்புல் என மண் வளத்திற்கேற்ப நிலங்களின் தரம் பிரிக்கப்பட்டிருந்தது. இந்தப் பாகுபாடு நன்செய் நிலங்களுக்கு மட்டுமே இருந்தது. புன்செய் நிலங்களுக்கு வேறு வகையான மதிப்பீடுகள் இருந்தன. அவை ஏற்றுக் கொள்ளத்தக்க முறையினதாக இல்லாததால் வரி நிர்வாகத்தில் நிறைய முரண்கள் இருந்து வந்தன. நிலங்களில் பயிரிடுவோர் பாளையக்காரருக்கு வாரமும், ஊராருக்குச் சில வரிகளும் கட்ட வேண்டும். சர்க்கார் நிலத்தைப் பயிரிடுவோர் இதைவிட கூடுதல் வரிகள் செலுத்த வேண்டி இருந்தது.

பாளையங்களில் இருந்த காடு, மேடுகளைச் சீராக்கி விளைநிலங்களாக மாற்றுவதற்கு ஏதுவாக அத்தகைய நிலங்கள் குறிப்பிட்டவருக்கு ஒதுக்கீடு செய்யப்பட்டது. அதில் அவர்கள் பயிரிடுவதற்காக கடனாகவோ, இலவசமாகவோ பணம் தரப் பட்டது. முழுமையான விளைநிலமாக அந்நிலங்கள் மாறி தொடர்ந்து விவசாயம் செய்யப்படும்போது ஒரு குறிப்பிட்ட தொகை வரியாக வசூலிக்கப்படும். அந்த நிலமானது பயிரிடுவோருக்கு வழி வழிச் சொத்தாக வழங்கப்படும். ஒருவேளை பயிரிட்டவருக்கு வாரிசு இல்லாது போகும் பட்சத்தில் அந்த நிலத்தை பாளையக்காரரே எடுத்துக்கொள்வார். இத்தகைய முறை 'அமரம்' (அனுபவ உரிமை) அல்லது குடிபுடி முறை என்றழைக்கப்பட்டது.

பாளையக்காரர் தனக்குள்ள நிலத்தின் ஒரு பகுதியைத் தானே வைத்துக்கொண்டு எஞ்சிய பகுதிகளைத் தனக்குக் கீழ் இருப்பவர்களிடம் பயிர் செய்யக் கொடுத்து விடுவார். அவ்வாறு பயிரிடுபவர்கள் 'பண்ணையாள்' அல்லது 'ஷெரோகர்' என்றழைக்கப்பட்டனர். இவர்கள் பயிரிடுபவர்களாகவும், போர்க்காலத்தில் போரிடும் படை வீரர்களாகவும் இரண்டு வேலைகளைச் செய்வர். இதனால் பாளையக்காரர்கள் தனிப்

படைப் பிரிவுகளை அமைக்காமல் டூ இன் ஒன் முறையில் படைக்குழுக்களைவைத்திருந்தனர். ராமநாதபுரம் சேதுபதி மன்னரிடம் மட்டும் இத்தகைய ஷெரோகர்கள் பத்தாயிரத்தில் இருந்து நாற்பதாயிரம்வரை இருந்துள்ளனர். இவர்கள் பெரும்பாலும் மன்னருக்கு உறவினர்களாகவோ, அவரின் இனத்தைச் சார்ந்தவர்களாகவோ இருந்தனர். இதனால் இவர்களுக்கு ஊரில் மதிப்பும், மரியாதையும் இருந்தது. பொது மக்களை ஆட்டிப் படைக்கும் அதிகாரமிக்க சக்தி மையங்களாக இவர்கள் வலம் வந்தனர்.

ஷெரோகர்கள் தங்களுடைய நிலங்களைத் தங்களுக்குக் கீழ் பணியாற்றும் 'பள்ளர்கள்' என்று அழைக்கப்பட்டவர்களைக் கொண்டே பயிர் செய்வார்கள். பயிரிடுவதற்குக் கூலியாக நிலத்தில் வரும் விளைச்சலில் பாதி அவர்களுக்குத் தரப்படும். இதை 'மேல்வாரம்' என்றழைத்தனர். மேல்வாரப் பங்கு போக பிற வருவாய் அனைத்தும் ஷெரோகர்களுக்கே சொந்தம். இதற்கு ஈடாக ஷெரோகர்கள் ஒரு குறிப்பிட்ட தொகையையும், படைகளையும் பாளையக்காரருக்குக் கொடுத்து வர வேண்டும். பாளையக்காரர் தனக்குச் சொந்தமாக வைத்திருக்கும் இடங்களையும் பள்ளர்களைக் கொண்டே பயிரிடுவார்.

பள்ளர்கள் அடிமைகளைப்போல தங்கள் பண்ணையாரிடம் பணிபுரிந்து வந்தனர். விதைப்புமுதல் அறுவடைவரை விவசாயம் பார்த்தவர்களுக்கான கூலி முழுமையாகத் தரப்படவில்லை. 'முக்கூடற்பள்ளு', 'திருமலை முருகன் பள்ளு' உள்ளிட்ட பள்ளு இலக்கியங்கள் அக்காலத்திய இவர்களது நிலையை விவரிக்கின்றன.

தங்களுடைய பண்ணைகளில் வேலை செய்யும் இவர்களை ஒருவருக்கொருவர் மாற்றிக்கொள்ளவும், தாங்கள் வாங்கிய கடனுக்கு ஈடாகக் கொடுக்கவும் பாளையக்காரரும், ஷெரோகர்களும் உரிமை பெற்றிருந்தனர். தன் நிலத்தில் வேலை செய்த நேரம் போக மீதி நேரத்தில் வேறு பண்ணையாளனின் நிலத்தில் வேலை செய்து அவர்கள் சம்பாதித்தாலும் அதைத் தன் எசமானனிடம் தர வேண்டும். அதில் அவர் தனக்கு மிஞ்சியதே தான தர்மத்திற்கு என்ற கணக்காய் தனக்குரியதை எடுத்துக் கொண்டு மீதியை கூலியாகக் கொடுப்பார். தன் எசமானனை மீறி அவர்களால் ஏதும் செய்ய முடியாது. எசமானனாகப் பார்த்து இவன் வேலைக்குத் தகுதியில்லாதவன் எனச் சொன்னாலோ

அல்லது அவனுக்கு ஒரு தொகையைக் கொடுத்தாலோதான் பள்ளருக்கு விடுதலை என்ற நிலை இருந்தது. விடுதலை பெறுவதற்காக பணம் சேர்த்தாக வேண்டிய கட்டாயத்தில் பள்ளர்கள் கடுமையாக உழைத்தனர். காடுகளிலும், மலைகளிலும் இருந்த பாளைய நிலங்களைக் கடும் உழைப்பினால் திருத்தி விளைநிலங்களாக்கியதோடு விளைச்சலுக்கென பாசனக் கால்வாய்கள், குளங்கள், நீர்த்தேக்கங்களை வெட்டிய இந்த வேளாண்குடிகளை இன்று தாழ்த்தப்பட்டவர்களாகவும், தீண்டத்தகாதவர்களாகவும் மாற்றி விட்டதை என்னென்பது!

மக்களிடமிருந்து வரியாகப் பெறப்படும் பணத்தை பாளையக்காரர் பல்வேறு வழிகளில் செலவு செய்தார். குளங்கள் வெட்டுதல், ராணுவச் செலவு, மக்கள் நிர்வாகம் ஆகியவைகளோடு தமது குடும்பத்திற்கான செலவுகளையும் செய்தனர். அரசுக்குப் பல தவணைகளாக ‘கிஸ்தி’ என்ற பெயரில் கப்பம் செலுத்தப்பட்டது. குறிப்பிட்ட வட்டத் தலைநகருக்கு அதிகாரிகள் செல்வர். அவரிடம் முன்சீப், கர்ணம் இருவரும் வரியாக வசூல் செய்த பணத்தைக் கட்டி விடுவர். வரி நிலுவைத் தொகைகளை வசூலிப்பதற்கென பணியாட்களை நியமிப்பர். அவர்களுக்கு வரிவசூலில் ஒரு பகுதி கூலியாக ‘தரகு’ என்ற பெயரில் வழங்கப்படும்.

பாளையக்காரரிடம் பணிபுரிபவர்கள் தங்களுக்கான ஊதியத்தை பணமாகவோ, நிலமாகவோ, தானியமாகவோ பெற்றனர். வேலைக்கேற்ற ஊதியமாக அவை இல்லாதபோதும் எதிர் காலத்தில் வேலை சார்ந்து கிடைக்கும் நலன்களுக்காகக் குறைவான ஊதியத்தில் வேலை செய்தனர். பாளையக்காரரிடம் வேலை என்ற ஒரு தகுதி நிலைக்காக ஊதியம் சார்ந்த விஷயங்கள் பெரிய விளைவுகளை உருவாக்கவில்லை. தவிர, ஊதியங்கள் முழுமையாகத் தரப்படாமல் நிலுவைத் தொகைகள் வைக்கப் பட்டன. இதன் காரணமாகவும், புதிய வேலை கிடைப்பதில் இருந்த சிக்கல்களாலும் வேலையை விடுபவர்கள் அரிதாகவே இருந்தனர்.

சில சமயங்களில் ஊழியர்களின் நிலுவைத் தொகையைப் பாளையத்தில் வரி செலுத்தாத, அபராதம் விதித்தும் கட்டாத நபர்களிடமிருந்து பெற்றுக்கொள்ளச் சொல்லி பாளையக்காரரால் உத்தரவு வழங்கப் படும். அந்த உத்தரவைப் பெற்ற ஊழியர் அதன் பின் சம்பந்தப்பட்ட வரிடம் இருந்தே அந்தத் தொகையை

பெற்றுக்கொள்ள வேண்டும். தனக்குத் தரப்பட்ட உத்தரவு ஆணையை அந்த ஊழியர் பிறரிடம் விற்க முடியும். இப்போது நடைமுறையில் இருக்கும் ஜப்தி உத்தரவு ஆணை போல அந்த உத்தரவு மூலம் சம்பந்தப்பட்டவரின் சொத்துக்களை கையகப் படுத்திக்கொள்ளவும், விற்கவும் முடியும். சமரசப் பேச்சு வார்த்தைகள்மூலம் இப்படிப்பட்ட பிரச்னைகள் சம்பந்தப்பட்டவர்களுக்குள் பேசித் தீர்த்துக்கொள்ளப்பட்டன.

பாளையங்களின் காவல் முறை

பாளையக் காவலானது அரசக் காவல், நாட்டுக் காவல், தேசக் காவல், ஸ்தலக் (கிராமம்) காவல் என்று நான்கு வகைகளில் நடைபெற்றது. அரசக் காவல் என்பது அரசாங்கக் காவலையும், நாட்டுக் காவல் என்பது மாவட்டக் காவலையும், தேசக் காவல் என்பது குறிப்பிட்ட பகுதிக்கான காவலையும், ஸ்தலக் காவல் என்பது கிராமக் காவலையும் குறிக்கும்.

பாளையக்காரர் தமக்கு உட்பட்டு இருக்கும் பாளையத்தில் உள்ள உயிர்களையும், உடைமைகளையும் காப்பதைக் கடமையாகக் கொண்டிருந்தார். இதற்கென நியமிக்கப்பட்ட கிராமப் பணியாளர்கள் காவல்காரர் (தலையாரி) என்றழைக்கப்பட்டார். இவர்கள் வயல்கள், ஆலயங்கள், நெடுவழிப்பாதைகள், சந்தைகள், வணிகத் தெருக்கள் ஆகிய இடங்களில் நின்று காவல் காத்தனர். குறிப்பிட்ட எல்லையில் திருடு போனால் அந்த எல்லைக்குரிய காவல்காரரே அப்பொருளை மீட்டுத் தர வேண்டும். ஒருவேளை அப்பொருளை மீட்க முடியாமல் போனால் அதற்கான இழப்பீட்டை அக்காவல்காரரே வழங்க வேண்டும்.

பாளையக்காரர்கள் அரசுக்கு ராணுவ சேவை ஆற்றுவதுடன், அந்நியர் படையெடுப்புகளில் இருந்து நாட்டைக் காத்தனர். காவல்காரர்கள் காவல் பணியாற்றியதோடு உள்நாட்டு அமைதியைப் பாதுகாத்தனர். அரசாங்கம் இவ்விரு அமைப்பும் தத்தம் பணிகளைச் செய்ய உதவியதோடு ஒன்றன் பணியில் மற்றொன்று தலையிடாதவாறு பார்த்துக்கொண்டது. இதனால் இவ்விரு அமைப்புகளுக்குமான அதிகார வரம்புகள் அரசாங்கத்தின் கட்டுப்பாட்டிற்குள் இருந்தது.

பாளையக்கார், காவல்காரர் பணி என தனித்தனியாக இயங்கி வந்த இரண்டும் ஒருங்கிணைவதற்கான வாய்ப்பை முகலாயப் படையெடுப்பு உருவாக்கியது. சட்டம் ஒழுங்கு சீர்குலைவு,

அந்நியர்களின் படையெடுப்பு ஆகியவைகளால் காவல் காரர்களுக்கு தகுந்த பாதுகாப்பும், வசதிகளும் அரசாங்கத்தினால் செய்து தர இயலாமல் போனது. தவிர, முகலாயர்கள் ஊர்காவல் முறையில் அதிக அக்கறை காட்டவில்லை. இதனால் படையேந்திய காவல்காரர்களை அமர்த்தி தங்களைக் காக்கும்படி கிராமமக்கள் பாளையக்காரரிடமே கோரிக்கை வைத்தனர். இதனால் பாளையக்காரரின் செல்வாக்கும், மதிப்பும் உயர்ந்தது. அவர்களின் அதிகார வரம்பு வரம்பின்றி விரிய ஆரம்பித்தது.

பாளையக்காரரால் நியமிக்கப்பட்ட காவல்காரர்கள் இரவு முழுவதும் ரோந்துப் பணிகளில் ஈடுபடுவர். சந்தேகத்திற்கிடமான நபர்களை இனம் கண்டு அரசுக்குத் தெரிவிப்பதோடு திருடர் களையும் கண்காணித்து வந்தனர். திருடர்களின் காலடித் தடங்களைப் பின்பற்றி திருடர்களைக் கண்டுபிடித்தனர். திருடன் ஊரைத் தாண்டிப் போயிருந்தால் அடுத்த ஊர்க்காவலர் தொடர்ந்து துப்பறிந்து திருடனைக் கண்டுபிடிப்பார். அப்படி கண்டுபிடிக்க முடியாது போனால் திருட்டு நடந்த கிராமக்காவலே அதற்கு பொறுப்பாகும். பாளையக்காரர் அவ்வூராரிடமிருந்தும், அக்கிராம காவல்காரரிடமிருந்தும் வசூலித்து திருட்டுப் போன பொருளுக்கான மதிப்பீட்டைத் தருவார். கிராமக் காவலரோடு அந்த கிராமமும் பொறுப்பாக்கப்பட்டிருந்தது.

பாளையக்காரர்கள் வேல், வாள், வில், அம்பு, சுக்குமாந்தடி, கம்பு, கட்டாரி, மிக நீண்ட மூங்கில்களில் பொருத்தப்பட்ட ஈட்டி, கைவாள், குத்தீட்டி போன்றவைகளை ஆயுதங்களாகப் பயன் படுத்தினர். முட்டையின் வெள்ளைக் கருவோடு பிசைந்து காயவைக்கப்பட்ட களிமண் உருண்டைகளை குண்டுகளாகப் பயன்படுத்தினர். எதிரிகளின் முகாம்களை அழிக்க எரி பந்தங்களைப் பயன்படுத்தினர். கள்ளர்கள் வளைத்தடி எனும் ஆயுதத்தைப் பயன்படுத்தினர். பிறைநிலவின் வடிவத்தை ஒத்திருக்கும் இக்கருவி வைரம் பாய்ந்த மரக்கட்டையால் அல்லது கனமான இரும்பால் செய்யப்பட்டிருக்கும். இதன் சிறப்பு எதிரியின் தலையைக் கொய்துவிட்டு மீண்டும் எறிந்தவரின் கைக்கே வந்து சேரக்கூடியது. 'வளரி' என்ற இந்தவகை ஆயுதத்தைப் பயன் படுத்தியே பின்னாளில் பாளையக்காரர்கள் ஆங்கிலேயர்களை ஆட்டம் காணச் செய்தனர்.

தரையடியில் பதுங்கிப் பாயும் முறையால் எதிரிகளின் படைகளைத் திக்குமுக்காட வைத்தனர். நேரடித் தாக்குதல்களை

பாளையக்காரர்கள் அதிகம் மேற்கொள்வதில்லை. எதிரிகள் தாக்க வரும்போது தங்கள் பகுதிகளை விட்டு வெளியேறி அடர் காடுகளுக்குள் சென்று பதுங்கிக் கொள்வர். தங்களைத் தேடி நுழையும் எதிரிப் படைகளையும், அவர்களின் வலுவான ஆயுதங்களையும் 'கொரில்லா' போர்முறை எனச் சொல்லப்படும் பதுங்கிப் பாயும் முறையிலேயே எதிர்கொண்டனர். தங்களை நோக்கி வரும் பெரும் குதிரைப்படைகளை ஈட்டிகளின் மூலம் கீழே சாய்த்து துப்பாக்கிகளால் மேல் இருந்து தாக்குதல் தொடுப்பர். நீண்ட கம்புகளில் பொருத்தப்பட்டிருக்கும் குத்தீட்டிகள் மூலம் தொலைவில் நின்றபடியே குதிரைகளில் வரும் வீரர்களைக் குத்திக் கொன்றனர்.

போர்காலங்களில் பணம், நிலம், குறிப்பிட்ட ஊர் போன்றவைகளை மானியமாகப் பெற்ற ஊழியர்கள் இருபது முதல் முப்பது பேர்களடங்கிய குழுக்களாகப் பிரிந்து அணிவகுத்து பாளையக் காரரின் கீழ் நிற்பர். ஒவ்வொரு அணிக்கும் தலைமையேற்றுச் செல்பவர் 'சர்தார்' என்றழைக்கப்பட்டார். படை தேவை இருக்கும்போது கூலிப்படையும் திரட்டப்பட்டது. போர்க் காலங்களில் மட்டும் இவர்கள் பணி அமர்த்தப்படுவர். இவைகளின் மூலம் ஒவ்வொரு ஊரிலும் தனிப்பட்ட நபர்களும் பெரும் கருவிகளை வைத்திருந்தனர் என்பதை அறிய முடியும். இதனாலேயே சாதி, குழுச் சண்டைகள் ஏற்படும்போது ஆயுதங்கள்கொண்டு ஒருவருக்கொருவர் தாக்கிக்கொண்டனர்.

வரையறை செய்யப்படாத போர் முறையைக் கைக்கொண்டிருந்த பாளையக்காரர்கள் போர்க்காலங்களில் ஒற்றர்களையும் பயன்படுத் தினர். கட்டபொம்மன் பாளையக்கார கூட்டமைப்போடு இணைந்து கும்பெனியை எதிர்த்தபோது அவனது ஒற்றர்கள் சென்னை வரைக்கும் நியமனம் பெற்றிருந்தனர். அவர்கள் கொண்டுவரும் தகவல்களுக்கு முக்கியத்துவம் கொடுக்கப் பட்டது. மாறு வேடங்களில் அவர்கள் எதிரி நாடுகளுக்குள் நுழைந்து தகவல்களை ரகசியமாகத் திரட்டி வந்தனர்.

பாளையக்காரர்கள் கோட்டைகள் கட்டக்கூடாது என்பது மைய அரசின் உத்தரவாக இருந்தபோதும் தங்கள் பாளையப் பகுதிகளில் அவர்கள் களிமண் மற்றும் பாறைகளால் ஆன கோட்டைகளைக் கட்டிக்கொண்டனர். அடர்ந்த காடுகளை அரணாகக் கொண்டு இக்கோட்டைகள் எழும்பி நின்றன. இக்கோட்டைகளை பீரங்கிகளால் கூட அவ்வளவு எளிதில் தகர்த்தெறிய

முடியவில்லை. எதிரிகள் நெருங்க முடியாத அளவுக்கு முதிர்ந்த கருவேல முட்களால் கோட்டையைச் சுற்றி வேலிகளை அமைத்திருந்தனர். எதிரிகள் தாக்க வரும்போது பாளைய வீரர்கள் கோட்டைக்குள் அணிவகுத்து நின்று துப்பாக்கிகள், ஈட்டிகள் கொண்டு எதிரிகளைத் தாக்கினர். கோட்டைகளின் மேல் இருந்து தாக்குவதற்காக கூடை கூடையாக கற்களையும், இரும்புக் குண்டுகளையும் ஏற்றித் தயார் நிலையில் வைத்திருந்தனர். ஈயத்தையும், செம்பையும் காய்ச்சி எதிரிகள்மீது ஊற்றுவதற்காக கோட்டைகளின் மேல்புறம் ஆங்காங்கே அண்டாக்களும், குண்டாச்சட்டிகளும் வைக்கப்பட்டிருந்தன. தங்களிடமிருந்த குறைவான கருவிகள் கொண்டு வலுவான தாக்குதல்களை நடத்தினர்.

-4-

பிற்காலப் பாளையங்கள்

நாயக்கர்கள் ஆட்சியில் சாதி, இன, மொழி சார்ந்து புதிய பாளையங்கள் தோன்றின. அவற்றின் எண்ணிக்கை மிகச் சரியாக உறுதிபடுத்தப் படாத நிலையில் கள்ளர் மற்றும் மறவர் பாளையங்கள் அவற்றில் முக்கியமானவைகளாகும். பின்னாளில் நவாப்பின் வரி வசூலுக்கு எதிர்ப்பு தெரிவித்ததோடு கும்பெனிக்கும் மிகப் பெரிய எதிர்ப்புணர்வை இப்பாளையங்கள் கொடுத்து வந்ததும் அதற்குக் காரணமாகும். பரப்பளவிலும், பொருளாதார நிலையிலும் இப்பாளையங்கள் இதர பாளையங்களைவிட உயர்வாக இருந்ததால் இவைகள் 'நாடுகள்' என்றழைக்கப்பட்டன. இன்றும் வழக்கில் 'கள்ளர் நாடு', 'மறவர் நாடு', 'சேது நாடு' என்று அழைக்கப்படுவது வழக்கத்தில் இருந்து வருகிறது.

நாயக்கர்களின் வீழ்ச்சி தொடங்கிய சமயத்தில் அதன் கீழ் இருந்த ராமநாதபுரம் சுய ஆட்சி பெற்றது. அச்சமயத்தில் ராமநாதபுரம் என்ற சேது சீமையின் பாதுகாவலர்களாக சேதுபதிகள் இருந்து வந்தனர். சேதுபதிகள் யார்? அவர்களின் ஆட்சிக்காலம் எப்பொழுது துவங்குகிறது? என்பதில் நிறைய முரண்பட்ட வரலாறுகளே வாசிக்கக் கிடைக்கின்றன. கி.பி. 1059ல் இலங்கைமீது படை எடுத்துச் சென்ற பாதையில் பாதுகாப்பிற்காக ராஜராஜசோழன் ஒரு படையை நிறுத்தினான் என்றும் அப்படைத் தலைவனின் வழிவந்தவனே 'சேதுபதி' என்னும் சிறப்பைப் பெற்றார் என்றும் 'கிழவன் சேதுபதி' நூலில் மீ. மனோகரன் குறிப்பிடுகிறார்.

சேதுபதி மன்னர்களின் வரலாற்றை எழுதிய டாக்டர் எஸ். எம். கமால் சேதுபதிகளின் தொடக்கத்தை 16 ம் நூற்றாண்டில் இருந்து வரையறை செய்கிறார். சோழ நாட்டில் இருந்து பாண்டிய நாட்டுக்கு வந்த செம்பிய நாட்டு மறவர்களான 'சேதுபதிகள்' சோழ மன்னர்களது தானைத் தலைவர்களாக இருந்து தம்மைத் தன்னாட்சி மன்னர்களாக அறிவித்துக்கொண்டு ஆட்சியாளர்களாக மாறினர் என்றும், அவர்களது நாடு 'சேது நாடு' (ராமநாதபுரம் சீமை) என்றழைக்கப்பட்டது என்றும் கூறுகிறார். செம்பிய சேதுபதிகளைத் தவிர மற்ற அனைவரும் பாண்டியர்களின் ஆட்சிக் காலத்தில் குறுநில மன்னர்களாக இருந்து நாயக்கர் காலத்தில் பாளையக்காரர்களாக மாற்றப்பட்டவர்கள் என்ற கால்டுவெல்லின் குறிப்பும் சேது சீமை, செம்பிய சேதுபதிகளால் உருவான பிற்கால பாளையம் என்ற கூற்றிற்கு வலு சேர்ப்பதாக அமைந்துள்ளது.

தங்களின் ஆளுகையின் கீழ் இருந்த ராமநாதபுரத்தை நிர்வகிக்க இரு ஆணையாளர்களை நாயக்க அரசு நியமித்திருந்தபோதும் அவர்களால் சில விஷயங்களைக் கட்டுப்படுத்த முடியவில்லை. இரண்டு விஷயங்கள் அதில் பிரதானமானவைகளாக இருந்தன. ஒன்று, ராமேஸ்வரம் கோயிலுக்குச் செல்லும் பக்தர்களுக்கு கள்ளர்களால் மிகுந்த இழப்பு ஏற்பட்டது. மற்றொன்று, மன்னார் வளைகுடா பகுதிகளைத் தங்கள் கட்டுப்பாட்டில் வைத்திருந்த போர்ச்சுக்கீசியர்கள் டச்சுக்காரர்களிடம் அதை இழந்தனர். ஆயினும் அப்பகுதிகளில் அவர்களின் ஆதிக்கம் குறையாமலே இருந்தது. வருங்காலத்தில் இது தங்களின் ஆட்சிக்கு ஆபத்தாகக் கூடும் என நினைத்த நாயக்கமன்னர் அவர்களை ஒடுக்க நினைத்தார். அதற்காக சேது சீமையின் சடைக்கத் தேவரை தேர்ந்தெடுத்து தனது தளவாய்களில் ஒருவராக நியமித்தார். சடைக்கத் தேவர் மறவர் சீமையின் ஆட்சியாளராக இருந்த விரையாத கண்டனிலிருந்த ஜெயதுங்க தேவரின் வம்ச வழி வந்தவராவார். இதற்கு ஆதாரமாக, விசுவநாத நாயக்கர் மதுரை அரசராக இருந்த போது பெயரளவிற்கு ஆட்சியாளராக இருந்தவர் ஜெயதுங்க தேவர் என 'மதுரை நாயக்க வரலாறு' நூலில் சத்தியநாத ஐயர் கொடுத்திருக்கும் குறிப்பை வரலாற்றாய்வாளர் டாக்டர் எஸ்.எம். கமால் மேற்கோள் காட்டுகிறார்.

சடைக்கத் தேவரும் தனக்கிட்ட பணியைச் செவ்வனே செய்து முடித்தார். இதனால் சேதுபதிகளுக்கும் மதுரையின் நாயக்க அரசர்களுக்குமான தொடர்பு வழி வழியாகத் தொடர்ந்தது. இதன்

தொடர்ச்சியாக திருமலை நாயக்கர் ஆட்சிக் காலத்தில் ரகுநாத சேதுபதி சேது சீமையை ஆண்டு வந்தார். அச்சமயத்தில் திருமலைநாயக்கரின் 72 பாளையக்காரர்களில் ஒருவரான எட்டயபுரம் பாளையக்காரர் திருநெல்வேலிச் சீமையில் சில பாளையக்காரர்களைத் திரட்டி நாயக்க மன்னருக்கு எதிரான கிளர்ச்சியில் ஈடுபட்டார். நாயக்க மன்னரின் வேண்டுகோளை ஏற்று ரகுநாத சேதுபதி அங்கு சென்று கிளர்ச்சியை முறியடித்தார். அதேபோல, திருமலை நாயக்கர் நோய்வாய்பட்டிருந்த சமயத்தில் மதுரையைக் கைப்பற்ற வந்த மைசூர் படைகளை ரகுநாத சேதுபதி தோற்கடித்து மதுரையை மீட்டார். இந்த வெற்றிக்குப் பரிசாக சேது நாட்டின் தென்மேற்கே உள்ள திருச்சுழி, பள்ளிமடம், திருப்புவனம் பகுதிகளோடு, மன்னார்குடியைச் சுற்றியுள்ள சில கிராமங்களையும், தூத்துக்குடி முத்துக்குளித்தல் வருமானத்தில் ஒரு பங்கையும் அன்பளிப்பாக திருமலை நாயக்கர் வழங்கினார்.

இதுவரையிலும் நன்றாக போய்க்கொண்டிருந்த நாயக்க அரசர்களுக்கும், சேதுபதிகளுக்குமான உறவு வேறு பல களங்களில் நாயக்கர்களின் செயல்பாட்டால் மெல்ல, மெல்ல விரிசல் காண ஆரம்பித்தது. சொக்கநாத நாயக்கரால் சேது சீமையில் அரசியல் நிர்வாகம் செய்ய அனுப்பி வைக்கப்பட்ட அவரின் பிரதானி குமாரப்பிள்ளை அப்போது சேதுபதி மன்னராக இருந்த கிழவன் ரகுநாத சேதுபதியின் சொந்த நடவடிக்கைகளை உளவு பார்க்க ஆரம்பித்தார். இதை அறிந்த சேதுபதி அவரைக் கொன்றார். ராமநாதபுரம்மீது நாயக்கர் படைகள் படையெடுத்து வந்தன. ஆனால், அவர்களால் வெற்றி பெற முடியவில்லை. அதற்கடுத்து மதுரை அரசியாக பொறுப்பேற்ற ராணிமங்கம்மாள் 1702ல் சேதுநாட்டின் மீது படையெடுப்பை நடத்தினார். சேதுபதியின் படைகள் நாயக்கப்படைகளை சுற்றி வளைத்துத் தாக்கின. கடும் தோல்வியடைந்து நாயக்கப்படைகள் திரும்பின.

மதுரையின் ஆளுகையில் இருந்து சேதுபதி தன்னிச்சையாக இயங்கும் சூழல் உருவானது. அவர்கள் தங்கள் நிர்வாகத்தில் நாயக்க மன்னர்களின் சட்ட திட்டங்களைப் பின்பற்றாமல் சொந்தக் கோட்பாடுகளைக் கடைப்பிடித்தனர். முதுகுளத்தூர், சாயல்குடி முதலிய துணைமையங்களை உருவாக்கினர். 1702ல் கிழவன் ரகுநாத சேதுபதி சேது நாட்டை சுதந்திரநாடாக பிரகடனப் படுத்தினார். 'மறவர் சீமையின் வளர்ந்து வரும் ராணுவ வலிமை யதார்த்த நிலைமையை ஏற்றுக் கொள்ளும்படி நாயக்கர்களை

நிர்பந்தித்தது. இந்த நிலைமையை சமாளிக்க நாயக்க மன்னரின் அமைச்சராக இருந்த விசுவநாதர் ஒரு சமரச திட்டத்தை முன் வைத்தார். அதன்படி மறவர் தலைவர்கள் 'பாளையக்காரர்கள்' என்ற பெயரில் தங்கள் அதிகாரத்தைத் தக்க வைத்துக்கொண்டனர்' என சத்தியநாத ஐயர் குறிப்பிடுகிறார். மேற்கில் மதுரைக்கு ஆறுகல் தொலைவிலும், தெற்கே சாயல்குடிவரையிலுமான கிழக்குக் கடற்கரை பகுதி முழுமையும், வடக்கே தஞ்சை வரையிலும், கிழக்கே ஆங்காங்கே போர்ச்சுக்கீரிய மற்றும் டச்சுக் குடியேற்றங்களுடனும் ராமநாதபுரம் சீமை விரிந்திருந்தது.

புதுக்கோட்டை பாளையம்

திருமலை ரகுநாத சேதுபதி தன் ஆட்சிக் காலத்தில் சேது நாட்டின் எல்லைகளை விரிவுபடுத்த நினைத்தார். செம்பிய நாட்டு மறவர்களது பூர்வீகப் பகுதியான சோழ மண்டலத்தின் வடக்கு, வடகிழக்குப் பகுதிகள் சேதுநாட்டின் பகுதியாக்கப்பட்டன. வடபகுதி கிழக்குக் கடற்கரை வழியாக அறந்தாங்கி, பட்டுக் கோட்டை, திருவாரூர் சீமைகளோடு கள்ளர்சீமையையும் சேது நாட்டோடு இணைத்தார். இன்றைய புதுக்கோட்டை மாவட்டம் முழுவதும் அறந்தாங்கி பகுதி நீங்கலாக 'கள்ளர் சீமை' என வழங்கப்பட்டு வந்தது. இங்கு வாழ்ந்த மக்கள் 'கள்ளர்' என அழைக்கப்பட்டனர். இவர்களது தலைவராக இருந்த குளத்தூர் ரகுநாத தொண்டைமானுக்கும், அவருடைய சகோதரர் நமனத் தொண்டைமானுக்கும் கிழவன் ரகுநாத சேதுபதி உயர்ந்த ராணுவப் பதவிகளை வழங்கினார்.

தொண்டைமான் சகோதரர்களின் உடன் பிறந்த சகோதரி காதலி நாச்சியாரை கிழவன் ரகுநாத சேதுபதி பட்டத்து ராணியாக ஏற்றிருந்தார். அச்சமயத்தில் சேது நாட்டின் வடக்கில் காவல் அரணாக இருந்த திருமயம் கோட்டைக்குப் பொறுப்பாளராக அப்பகுதி பாளையக்காரரான சிவந்து எழுந்த பல்லவராயர் இருந்தார். அவர் தஞ்சை மராட்டியருடன் கொண்டிருந்த ரகசியத் தொடர்பு குறித்து விசாரிக்க சேதுபதி மன்னர் அழைத்தார். அந்த அழைப்பை அவர் ஏற்காததால் அவரைக் கொன்றுவிட்டு அந்தப் பதவியை ரகுநாத தொண்டைமானுக்கு வழங்கினார்.

சேதுபதியின் நம்பிக்கைக்குரியவராக இருந்த தொண்டைமான் புதுக்கோட்டை நகரை உருவாக்கி அதைச் சுற்றியிருந்த பகுதிகளை இணைத்துக்கொண்டு 1711ல் புதிய சுதந்திர நாடாக

பிரகடனப்படுத்திக்கொண்டார். கிழவன் சேதுபதி கோபம் கொண்டபோதும் மனைவி காதலி நாச்சியார் வேண்டுகோளும், தெற்குச் சீமை கலவரங்களும் அவரை நடவடிக்கை எடுக்க விடாதபடி செய்தன. இதன் தொடர்ச்சியாக புதுக்கோட்டை 'தொண்டைமான்' பரம்பரை உருவானது. தனிப்பட்ட தலைமை ஏதுமின்றி தன் போக்கில் வரி ஏதும் கொடுக்காமல், எவருக்கும் அடங்காமல் இருந்த மேலூர், நத்தம் பகுதிகளோடு புதுக்கோட்டையும் கள்ளர் நாடு என்றழைக்கப்பட்டன. புதுக்கோட்டையும் ராமநாதபுரம்போல தன்னரசு நாடாக மாறியது.

சிவகங்கை பாளையம்

கிழவன் சேதுபதி ஆட்சிக் காலத்தில் அதன் மேற்குப் பகுதிகளில் வரிவசூல் செய்வதில் நிறைய சிக்கல்கள் நிலவி வந்தன. எனவே தன்னுடைய நெருங்கிய உறவினரான பெரிய சலுகை உடையத் தேவர் என்பவருக்கு அப்பகுதியின் வரிவசூல் உரிமையை வழங்கினார். அவர் சோழபுரத்துக்கு அருகில் ஒரு கோட்டையைக் கட்டினார். 'நாலுகோட்டை' என்றழைக்கப் பட்ட அக்கோட்டையின் பெயரால் அப்பகுதியை ஆண்ட பாளையக்காரர்கள் நாலு கோட்டை பாளையக்காரர்கள் என்றழைக்கப்பட்டனர். பெரிய சலுகை உடையத் தேவரின் மகன்களில் மூத்தவரான சசிவர்ணத் தேவர் சிறந்த மதி நுட்பமும், கலைகள் பல கற்று வீரத்தில் சிறந்தும் விளங்கினார்.

கிழவன் சேதுபதி தன்னுடைய வாரிசாக தன் காதற்கிழத்தியின் மகன் பவானி சங்கரத் தேவனை ஆட்சியில் அமர்த்த முடிவு செய்தார். அம்முடிவிற்கு மக்கள் எதிர்ப்புத் தெரிவிக்க விஜயரகுநாத சேதுபதியை ஆட்சியில் அமர்த்தினார். தன் ஆட்சியின்போது சசிவர்ணத் தேவரின் திறமைகளை கேள்விப்பட்டு வியந்த விஜயரகுநாத சேதுபதி தன் மகளை அவருக்கு மணம் செய்து கொடுத்தார். அதன்பின் பெரிய சலுகை உடையத் தேவரை ஆயிரம் வீரர்களைக்கொண்ட படைக்குத் தளபதியாகவும், சசிவர்ணத் தேவரை வெள்ளிக்குறிச்சி ஆளுனராகவும் நியமித்தார்.

தனக்குக் கிடைக்க வேண்டிய அரசுரிமை கிடைக்காமல் போனதால் ஏமாற்றமடைந்த பவானி சங்கரத் தேவன் புதுக்கோட்டை, தஞ்சை மன்னர்களின் கூட்டணியோடு விஜயரகுநாத சேதுபதி தங்கியிருந்த அறந்தாங்கி கோட்டையைத் தாக்கினான். நோய்வாய்ப்பட்டிருந்த விஜயரகுநாத சேதுபதி கிழவன் சேதுபதியின் பேரனான தண்டத்

தேவரை தனக்கு அடுத்த வாரிசாக அரியணையில் ஏற்றினார். விஜயரகுநாத சேதுபதியின் மறைவிற்குப் பின் உள்நாட்டுக் கலவரம் ஏற்பட பவானி சங்கரத் தேவன் தண்டத் தேவரிடமிருந்து ஆட்சியைக் கைப்பற்றினான்.

புதுக்கோட்டை, மதுரை மன்னர்களின் உதவியைப் பெற்று அரசுரிமையை மீண்டும் தண்டத் தேவர் கைப்பற்ற முயன்றார். இதனால் போர் மூளும் நிலை ஏற்பட்டது. அந்தப் போரில் தன்னை வெற்றி பெறச் செய்தால் பாம்பாற்றின் வடக்குப் பகுதிகளைத் தருவதாக பவானி சங்கரத் தேவன் தஞ்சை மன்னர் முதலாம் சரபோஜியோடு ஓர் ஒப்பந்தத்தைச் செய்துகொண்டான். போரில் வெற்றி பெற்றதும் ஒப்பந்தத்தில் சொல்லி இருந்த இடங்களைத் தஞ்சை மன்னரிடம் கொடுக்காமல் பவானி சங்கரத் தேவன் ஏமாற்றினான். அதோடு சசிவர்ணத் தேவரிடமும் பகைமை கொண்டு அவருடைய செல்வங்களை பறித்துக்கொண்டு விரட்டினான்.

தஞ்சை அரசரிடம் சசிவர்ணத் தேவர் தஞ்சம் புகுந்தார். அங்கு தன்னைப்போலவே பவானி சங்கரத்தேவனால் விரட்டப்பட்டு தஞ்சமடைந்திருந்த விஜயரகுநாத சேதுபதியின் தம்பி கட்டையத் தேவரைச் சந்தித்தார். பவானி சங்கரத் தேவனை எப்படியும் நாட்டை விட்டு விரட்ட வேண்டும் என முடிவு செய்த அவ்விருவரும் ஏற்கெனவே தஞ்சை அரசரோடு பவானி சங்கரத் தேவன் செய்துகொண்டு ஏமாற்றிய அதே ஒப்பந்தத்தைச் செய்து கொண்டு தங்களுக்கு படை, பொருளுதவி செய்து உதவுமாறு கேட்டுக்கொண்டனர். தன்னை ஏமாற்றிய பவானி சங்கரத் தேவனுக்கு பாடம் புகட்ட இதுதான் சரியான தருணம் என நினைத்த தஞ்சை அரசரும் உதவி செய்ய முன் வந்தார். அணிவகுத்து வந்த படைகள் உறையூரில் சந்தித்துப் போரிட்டன. கடும் போரில் பவானி சங்கரத் தேவன் தஞ்சை அரசனால் கைது செய்யப்பட்டு சிறையிலடைக்கப்பட்டான்.

இதற்குப் பின் ராமநாதபுரம் சீமை துண்டு துண்டானது. ஒப்பந்தப்படி தஞ்சை அரசர் பாம்பாற்றின் வடக்குப் பகுதிகளை எடுத்துக்கொள்ள எஞ்சிய பகுதிகள் ஐந்து பங்காக பிரிக்கப்பட்டு அதில் மூன்று பங்கை கட்டையத் தேவரும், மீதி இரண்டு பங்கை சசிவர்ணத் தேவரும் எடுத்துக்கொண்டனர். சசிவர்ணத் தேவர் 'ராஜமுத்து விஜயரகுநாத பெரிய உடையத் தேவர்' என்ற பெயரில் அரியணை ஏறினார். அப்பகுதி 'சிவகங்கை' என்று பெயர்

பெற்றது. தன் ஆட்சிப் பகுதியில் ராமநாதபுரத்தில் உள்ளதைப் போன்றதொரு அரண்மனையைக் கட்டினார். பின் தான் வசித்து வந்த நாலுகோட்டை அரண்மனையிலிருந்து வெளியேறி தன் சொந்த பந்தங்களுடன் சிவகங்கை அரண்மனையில் குடியேறினார்.

மதுரை நாயக்க வம்சஆட்சி வீழ்ச்சியடையத் தொடங்கிய காலகட்டத்தில் ராமநாதபுரத்தின் வளர்ச்சி தொடங்கியது. அதனால் தன்னாட்சி அரசுகள் அங்கு உருவாவதில் சிக்கல்கள் எழவில்லை. ராமநாதபுரம் மாவட்ட எல்லைகளுக்குள்ளேயே இவ்விரு புதிய பாளையங்கள் உருவாகின. புதிய தன்னரசு உருவாக்கம் நாயக்க வீழ்ச்சிக்குக் காரணமானதைப்போல புதிய பாளைய உருவாக்கம் ராமநாதபுரம் வீழ்ச்சிக்கும் காரணமானது. ராமநாதபுரம், புதுக்கோட்டை, சிவகங்கை ஆகிய மூன்றும் தன்னரசுகளாக இருந்த போதும் ஆற்காடு நவாப்புகளால் அவை பாளையங்களாகவே கருதப்பட்டன.

-5-

பாளையக்காரர்கள் எதிர்கொண்ட சிக்கல்கள்

17ம் நூற்றாண்டின் இறுதியில் நாயக்கர்களின் ஆட்சி வீழ்ச்சியடையத் தொடங்கியது. அவர்களின் கீழ் ஒரு துணை ஆட்சி அமைப்பு நிலையில் இயங்கிவந்த பாளையக்காரர்கள் அதைத் தடுத்து நிறுத்த எடுத்த முயற்சிகள் பலன் தரவில்லை. அதன் தாக்கம் பாளையக்காரர்களிடம் பல சிக்கல்களை உருவாக்கியது. தொடர்ந்து நிகழ்ந்த அந்நியப் படையெடுப்புகளால் பாளையங்கள் கடுமையாக பாதிக்கப் பட்டன. பாளையக்காரர்கள் தங்கள் உரிமையை நிலைநாட்டிக் கொள்ள முனைந்தனர். இதன் காரணமாக அதுவரையிலும் இருந்து வந்த கட்டமைவுகள் உடைய ஆரம்பித்தன. எதிர்ப்பதன் வழியும், ஆதரவு நிலைப்பாடு கொண்டும் பாளையக்காரர்கள் தங்களது உரிமையைத் தக்க வைத்துக்கொள்வதில் கவனம் செலுத்தினர்.

கோயம்பத்தூர், சேலம் பகுதிகளை 1670ல் மைசூர் ஆக்கிரமித்துக் கொண்டதால் அப்பகுதிகளைச் சேர்ந்த பாளையக்காரர்கள் மைசூர் அரசின் கட்டுப்பாட்டிற்குள் போக நேர்ந்தது.

1674ல் பிஜப்பூர் சுல்தானிடம் படைத்தலைவராக இருந்த சத்ரபதி சிவாஜியின் சகோதரர் ஏகோஜி, நாயக்கர்களிடமிருந்து

தஞ்சையைக் கைப்பற்றி ஆளத் துவங்கினார். இந்து சாம்ராஜ்யத்தை உருவாக்கும் நோக்கில் முகலாயர்களை எதிர்த்துப் போர் செய்துவந்த சிவாஜிக்கு அதற்காக பெரும் பொருள் தேவைப் பட்டது. அதற்காகவும், தக்காண பீடபூமியில் இஸ்லாமிய ஆட்சியை ஒழித்துக் கட்டவும் 1676ல் தென்னிந்தியாமீது படை நடத்தி வந்தார். பிஜப்பூர் சுல்தான் கட்டுப்பாட்டில் இருந்த செஞ்சியைக் கைப்பற்றியவர் சித்தூர், வேலூர் பாளையப் படைகளை வீழ்த்தி வேலூர் கோட்டையையும் கைப்பற்றினார்.

1680ல் திருச்சியில் இருந்த சொக்கநாத நாயக்கர் உலவுவதற்காக வெளியே சென்றபோது கோட்டை தளபதியான ருஸ்தம்கான் அவரைக் கைது செய்து சிறையிலடைத்தான். சொக்கநாதரின் உடன் பிறப்பான அலகாத்திரி நாயுடுவை ஆட்சிப் பீடத்தில் அமர்த்தி அவரின் பிரதிநிதியாக மதுரையை ஆட்சி செய்ய ஆரம்பித்தான். ராமநாதபுரம் சேதுபதி மன்னர் கிழவன் ரகுநாத சேதுபதி, கன்னிவாடி பாளையக்காரர் சின்னக்கத்திரி நாயக்கரோடு இணைந்து தந்திரமாகச் செயல்பட்டு ருஸ்தம்கானைக் கொன்று சிறையில் அடைக்கப்பட்டிருந்த சொக்கநாத நாயக்கரை மீட்டு மீண்டும் ஆட்சி பீடத்தில் அமர்த்தினார்.

இதே வருடம் தென்னகத்தில் மொகலாய ஆட்சி விரிவடைய தடையாக இருந்த சத்ரபதி சிவாஜி இறந்து போனார். தடை நீங்கியதால் தென்னகத்தில் ஔரங்கசீப்பின் ஆட்சி விரிய ஆரம்பித்தது. பிஜப்பூர், கோல்கொண்டா பகுதிகளை வென்ற ஔரங்கசீப் அப்பகுதிகளைத் தனது ராஜ்ஜியத்துடன் இணைத்துக் கொண்டான். 1693ல் சுல்பிகர்கான் செஞ்சிக் கோட்டையைத் தாக்கியபோது செஞ்சிக்கு உதவ தஞ்சையை ஆண்ட மராட்டிய மன்னன் ஷாஜி தன் படைகளை அனுப்பி வைத்தான்.

இதனால் கோபம்கொண்ட முகலாயர்கள் தஞ்சைமீது படையெடுத்தனர். ஷாஜியிடமிருந்து படை உதவிகளையும், பல சலுகைகளையும் பெற்றனர். தன் படைத்தளபதி சுல்பிகர் கானை ஆற்காட்டைத் தலைநகராகக்கொண்டு கர்நாடக நவாப்பாக 1694ல் ஔரங்கசீப் நியமித்தான். இதனால் இந்து அரசர்களிடையேயும், பாளையக்காரர்களிடையேயும் ஒரு வித அச்ச உணர்வு மேலோங்கியது. 1697ல் சுல்பிகர்கான் தெற்கு நோக்கி வந்தபோது தஞ்சை மராட்டிய மன்னன் ஷாஜி கைப்பற்றிய தன் நாட்டுப் பகுதிகளை மீட்டுக்கொள்ள மதுரை ராணி மங்கம்மாள் அவனுக்கு விலையுயர்ந்த பொருள்களை அன்பளிப்பாகக் கொடுத்தார். இதன்

மூலம் ஷாஜியும், மங்கம்மாளும் முகலாய அதிகாரத்தின் கீழ் அடங்கினர். தஞ்சை, மதுரைமீது கடுமையான வரிகள் விதிக்கப்பட்டன.

சுல்பிகர்கானுக்குப் பிறகு பதவிக்கு வந்த தாதுக்கான் வேலூர்மீது படையெடுத்து மராட்டியர்களை வெற்றிகொண்டான். முகலாயர்களின் ஆட்சி வலுப்பெற்று நின்ற 17 ம் நூற்றாண்டின் இறுதி காலகட்டமான 1707ல் ஔரங்கசீப் இறந்து போனான். முகலாயப் பேரரசு சிதறத் தொடங்கியது. மாகாணங்கள் சுயாட்சியை அறிவித்துக்கொண்டன. தாதுக்கானுக்குப் பின் 1710ல் ஆற்காடு நவாப்பாக முகம்மது சதாத்துல்லாகான் பொறுப் பேற்றான். இவன் காலத்தில் கர்னாடக வரலாற்றில் புதிய திருப்பம் உருவானது. தக்காணத்தில் முகலாயப் பேரரசின் வீழ்ச்சியைப் பயன்படுத்தி கர்னாடகம் முழுவதையும் இணைத்து வாரிசுரிமை பெற்ற சுதந்திர நவாப் ஆட்சியை அறிவித்தான். அந்த சுதந்திர அரசு 'நவயாத்' என்ற பெயரில் அழைக்கப்பட்டது. தன்னாட்சி அமைத்துக்கொண்ட ஆற்காடு நவாப்புக்கும், மராட்டியருக்கும் இடையே தக்காணத்தில் அரசுரிமைப் போட்டி, ஹைதராபாத் நிஜாம் அரச குடும்பத்து வாரிசுரிமைப் போட்டி என இந்தக் காலகட்டத்தில் வாரிசு, அரசுரிமைப் போர்கள் உள்நாட்டுப் போராக மாற ஆரம்பித்தன.

முகம்மது சதாத்துல்லாகான் தனக்கு வாரிசு இல்லாததால் வளர்ப்புப் பிள்ளையான தோஸ்த் அலிகானை ஆற்காடு நவாப்பாக்கினான். இன்னொரு வளர்ப்பு மகனான போக்கர் அலியை வேலூரின் ஆட்சிப் பொறுப்பில் அமர்த்தினான். தோஸ்து அலிகானின் மகளைத் திருமணம் செய்திருந்த சந்தாசாகிப் தமிழகம் முழுவதும் நவாப்பின் அதிகாரத்தைக் கொண்டுவரும் முயற்சியில் ஈடுபட்டான். தஞ்சை அரசை வீழ்த்தியவன் மதுரை மீது குறிவைத்தான். அந்தச் சமயத்தில் மதுரையில் வாரிசுரிமைப் போர் ஆரம்பமானது. 1732ல் விஜயரங்க சொக்கநாத நாயக்கர் இறந்த பின் அவர் மனைவி மீனாட்சி திருச்சியில் ஆட்சிப் பொறுப்பேற்றார் (1665ல் மதுரையின் தலைநகர் திருச்சிக்கு மாற்றப்பட்டிருந்தது). இதை அரசரின் ஒன்று விட்ட தம்பியான பங்காரு திருமலை எதிர்த்ததோடு மதுரையைத் தனி அரசாக அறிவித்தார். பாளையக் காரர்கள் பங்காரு திருமலைக்கு ஆதரவாக நின்றனர்.

வாரிசுரிமைப் போரில் ஈடுபட்டிருந்த இருவரும் ஆற்காடு நவாப்பின் உதவியை நாடினர். காவிரிக்கரையில் முகாமிட்டிருந்த

சந்தாசாகிப் இதுதான் தக்க சமயம் என நினைத்து மதுரை அரசின் பிரச்னையில் தலையிட்டான். ராணி மீனாட்சி தனக்கு உதவுமாறு கோரியதை ஏற்று அவருடன் உடன்பாடு செய்துகொண்டு திருச்சியில் முகாமிட்டிருந்த பங்காரு திருமலையின் படைகளைத் தாக்கி தோற்றோடச் செய்தான். தொடர்ந்து மதுரையை நோக்கி முன்னேறி வந்தவனை பாளையக்காரர்களும், கள்ளர் படையினரும் தடுத்து நிறுத்தி விரட்டியடித்தனர். 1736ல் ராணி மீனாட்சியுடன் செய்துகொண்ட ஒப்பந்தத்தை மீறி அவரை பதவி நீக்கம் செய்து சந்தாசாகிப் தானே மதுரை அரசராக பொறுப்பேற்றுக்கொண்டான். இதன் காரணமாக இப்பகுதிகளுள் அடங்கியிருந்த பாளையங்கள் அனைத்தும் ஆற்காடு நவாப்பின் மேலாண்மைக்குள் வந்தன.

சந்தாசாகிப் பெரும்படை திரட்டி புதுக்கோட்டை, அரியலூர், உடையார் பாளையங்களைத் தாக்கினான். திருநெல்வேலி பாளையக்காரர்கள் ஒன்று திரண்டு சேத்தூரில் சந்தாசாகிப்பின் நவயாத் படைகளை எதிர்த் தனர். ஆயினும் அவர்கள் தோற்கடிக்கப்பட்டதோடு பாளையக்காரர்கள் கைதுசெய்யப்பட்டு சிறையில் அடைக்கப்பட்டனர். கட்டுக் கடங்கா காவல் மற்றும் கொத்தளங்களை அமைத்து பாளையக்காரர்களை கண்காணிப்புக்கு உள்ளாக்கினான். இருந்த போதும் அவர்கள் பணிய மறுத்து எதிர்த்து நின்றனர். கடும் எதிர்ப்புகளுக்கிடையே சந்தாசாகிப் நவாப்பின் ஆட்சிப் பகுதியை விரிவாக்கினான்.

தஞ்சையை ஆண்ட மராட்டியர்களின் படையெடுப்புகளுக்கு அவ்வப்போது பாளையங்கள் உள்ளாவதும் அதை மறவர் படைகள் எதிர்ப்பதும் அவ்வப்போது நிகழ்ந்துகொண்டுதான் இருந்தன. இருந்த போதும் நவயாத் படைகளை வெளியேற்றிட பாளையக்காரர்களுக்கு அவர்கள் மட்டுமே ஒரு தீர்வைத் தருபவர்களாக இருந்தனர். ஓர் இந்து அரசை நிறுவும் நோக்கில் ராமநாதபுரம், சிவகங்கை, புதுக்கோட்டை பாளையக்காரர்கள் தஞ்சையை ஆண்ட மராட்டிய மன்னன் சாகுஜியின் உதவியை நாடினர். அதற்காக படைகளைத் தரவும் சம்மதித்தனர். தஞ்சையில் தன் அரசின் நிலைத்தன்மையை உறுதியாக்கிக் கொள்ளவும், இஸ்லாமிய ஆட்சியின் பரவலைத் தென்னிந்தியாவில் தடுத்து நிறுத்தவும் பாளையக்காரர்களின் உதவியை பயன்படுத்திக் கொள்ள சாகுஜி முடிவு செய்தான்.

1740ல் ராகூஜி, பான்ஸ்லே, பித்தேசிங் ஆகியோர் தலைமையில் 50 ஆயிரம் குதிரைப் படைகளோடு மராட்டியப் படை

கர்னாடகத்திற்குள் புகுந்தது. மே 20ல் சந்திரகிரி அருகில் தமல்சேரியில் நடந்த போரில் ஆற்காடு நவாப் தோஸ்த் அலி கொல்லப்பட்டான். அவன் மகன் ஸஃப்தார் அலி கர்னாடக நவாப் பதவியைக் கைப்பற்றினான். கர்னாடக வெற்றியைத் தொடர்ந்து திருச்சியை நோக்கி வந்த மராட்டியப்படைகள் 1741 மார்ச் 16ல் கோட்டையைக் கைப்பற்றி சந்தாசாகிப்பைக் கைது செய்தது. சந்தாசாகிப்பிற்கு உதவியாக திருநெல்வேலி, திண்டுக்கல்லில் இருந்து வந்த நவயாத் படைகள் மணப்பாறையில் தடுத்து நிறுத்தி விரட்டியடிக்கப்பட்டன. மகாராஷ்டிராவின் சத்தாரா சிறையில் சந்தாசாகிப் அடைக்கப்பட்டான்.

மராட்டியப் படையெடுப்பு தந்த இந்த வெற்றி மீண்டும் தென்னகத்தில் இந்து ஆட்சி மலர வழிவகுத்தது. அரியலூர், உடையார் பாளையங்கள் அந்தந்தப் பாளையக்காரர்களிடமே திரும்பத் தரப்பட்டன. சந்தா சாகிப்பால் சிறை பிடிக்கப்பட்டு மதுரைக் கோட்டையில் சிறை வைக்கப்பட்டிருந்த பாளையக்காரர்கள் விடுவிக்கப்பட்டனர். பாளையக்காரர்களின் உரிமைகளில் அதிக தலையீடு காட்டாமல் அதை மதித்து அவர்களோடு மராட்டியர்கள் ஒரு சுமுகமான உறவைக் கையாண்டனர்.

அதிகாரத்தைக் கைப்பற்ற நடந்த போட்டிகள்

மராட்டியர்களின் வெற்றி தந்த நிலைமை நீடிக்கவில்லை. அவர்களிடையே உள்நாட்டுப் போட்டிகள் ஏற்பட்டன. கர்னாடக நவாப் பதவியைக் கைப்பற்றிய ஸஃப்தார் அலியை விரும்பாத படையினர் அவனை விரட்டிவிட்டு ஸஃப்தார் அலியின் பத்து வயது பாலகனை நவாப்பாக்கினர். மராட்டியர்கள், நவாப்களுக்கிடையே குழப்பங்களும், போட்டிகளும் ஏற்பட்டிருந்த இந்தச் சூழ்நிலையைச் சாதகமாக்கிக்கொண்டு ஐதராபாத் நிஜாம் ஆசப்ஷா தன்னுடைய பெரும் படையோடு கர்னாடகத்திற்குள் நுழைந்து தனது ஆட்சியை நிறுவினான். அங்கிருந்து திருச்சிக்கு வந்தவன் 1743ல் திருச்சி கோட்டையை முற்றுகையிட்டான். சந்தாசாகிப் கைது செய்யப்பட்ட பின் மராட்டியர்களால் நியமிக்கப்பட்ட முராரி ராவ் அப்போது திருச்சி கவர்னராக இருந்தான். ஆறு மாதகாலம் முற்றுகை நீடித்தது. முடிவில் பெனுகொண்டாவை மராட்டியர்கள் பெற்றுக்கொண்டு அதற்குப் பதிலாக திருச்சியைத் தந்துவிடுவது என ஒப்பந்தமானது. அங்கிருந்து மதுரை நோக்கி வந்த ஆசப்ஷாவை மறவர் படைகளும், கள்ளர் படைகளும் தடுத்து நிறுத்த முயன்றன. ஆனால் அதில் வெற்றி பெற

முடியவில்லை. மதுரையைக் கைப்பற்றிய ஆசப்ஷா அதன் கவர்னராகவும், சிறுவனான நவாப்பின் பாதுகாவலனாகவும் தனது தளபதி குவாஜா அப்துல்லாவை நியமித்தான்.

குவாஜா அப்துல்லா இறந்த பின் 1744ல் அந்தப் பதவிக்கு தன் தளபதியான அன்வர்தீன்கானை நியமித்தான். இவனின் சூழ்ச்சியால் சிறுவனான நவாப் கொல்லப்பட்டான். அன்வர்தீன்கான் நவாப்பானான். நிஜாமும் அதை அங்கீகரித்தான். 1744ல் கர்னாடக நவாப்பாக பதவியேற்ற அன்வர்தீன்கான் பழைய 'நவயாத்' வம்சத்தை அகற்றிவிட்டு 'வாலாஜா' என்ற புதிய வம்சத்தைத் தோற்றுவித்தான். இவனின் பதவி ஏற்பு கர்னாடகத்தில் கடுமையான உரிமைப் போட்டியை உருவாக்க வழிவகுத்தது.

ஆற்காடு நவாப் அன்வர்தீனுக்கு பாளையத் தலைவர்களும், கள்ளர்களும் அடங்க மறுத்தனர். இதனால் பாளையங்களைக் கட்டுப் பாட்டிற்குள் வைப்பதற்கும், தன் எல்லைகளை விரிவுபடுத்து வதற்குமான நடவடிக்கைகளை அவன் எடுக்க ஆரம்பித்தான். தன் மகன் மாபூஸ்கான் தலைமையில் பாளையங்களுக்குள் படைகளை அனுப்பினான். அவனை நத்தம் பகுதியில் கள்ளர் படைகள் எதிர்கொண்டு தாக்கி விரட்டியடித்தன. அதைத் தொடர்ந்து நவாப்பின் இன்னொரு மகன் முகமதுஅலி தலைமையில் வந்த படை கள்ளர்களை வென்று மதுரையை வீழ்த்தியது. திருநெல்வேலிச் சீமைப்பாளையங்களுக்குள் நுழைந்து அவர்களின் 72 களிமண் கோட்டைகளைத் தகர்த்தெறிந்த முகமது அலி வரிவசூலை ஆரம்பித்தான். வெற்றிக் களிப்போடு திருச்சி கோட்டைக்குத் திரும்பியவனை கள்ளர் படைகள் மீண்டும் திரண்டு வந்து தாக்கி சிதறி ஓட வைத்தன.

முகலாயர் எழுச்சியின்போது இந்து அரசை நிறுவ மராட்டியர்களின் துணை கோரிய பாளையக்காரர்கள் இம்முறை நாயக்க அரசை மதுரையில் மீண்டும் நிலைநிறுத்த மைசூர் அரசரின் உதவியை நாடினர். மைசூர்காரர்களோ மராட்டிய தளபதி முராரிராவுடன் இணைந்து மதுரையைக் கைப்பற்ற திட்டமிட்டுக் கொண்டிருந்தனர். மறுபுறம், சந்தாசாகிப் உதவியால் தஞ்சை அரியணை ஏறிய மராட்டிய அரசன் பிரதாப் சிங்கிற்கும், அவனால் தன் அதிகாரத்தை இழந்த சாகுஜிக்கும் அதிகாரப் போட்டி உருவானது. சாகுஜி ஆங்கிலேயர்களின் உதவியை நாடி அவர்களுடன் ஓர் ஒப்பந்தத்தைச் செய்துகொண்டான்.

நாடு பிடிக்கத் திறக்கப்பட்ட வாசல்

சாகுஜி தஞ்சையைவிட்டுத் துரத்தப்பட்டு பத்தாண்டுகளுக்குப் பின் கடலூருக்கு அருகில் தேவனாம்பட்டிணம் செயிண்ட் டேவிட் கோட்டையிலிருந்த ஆங்கிலேயர்களிடம் உதவி கோரிச் சென்றான். தஞ்சையை ஆண்டுவந்த பிரதாப்சிங்குடன் போரிட்டு தஞ்சையை மீட்டுத்தர சாகுஜி கேட்க பதிலுக்கு தேவிக் கோட்டையையும் (கொள்ளிடம்), போருக்கான முழுச் செலவையும் கும்பெனி கேட்டது. இருவருக்கும் ஒப்பந்தம் கையெழுத்தானது.

ஆங்கிலேய படைகள் தரை மார்க்கமாகவும், கடல் மார்க்கமாகவும் புறப்பட்டன. வங்கக்கடலில் ஏற்பட்ட எதிர்பாராத புயலால் கப்பல்களும், 1200 மாலுமிகளும் கடலில் மூழ்கி இறந்து போயினர். ஆயினும் கிடைத்த அரிய வாய்ப்பை விட்டுவிடக்கூடாது என நினைத்த ஆங்கிலேயர்கள் தளபதி லாரன்ஸ் தலைமையில் படைகளை மீண்டும் அனுப்பி வைத்தனர். இம்முறை புறப்பட்ட படைகள் புயலாய் மாறியது. ஆயுத பலம், படை பலம் என பக்கத்திற்கொன்றாய் நுழைந்தவர்கள் தாங்கள் கேட்டிருந்த தேவிக்கோட்டையைப் பிடித்தனர். இதையறிந்த தஞ்சை மன்னன் பிரதாப்சிங் அவர்களிடம் ஓர் உடன்படிக்கையை செய்துகொள்ள முன்வந்தான். உடனே தங்களின் குள்ளநரித்தனத்தை ஆங்கிலேயர்கள் காட்ட ஆரம்பித்தனர். சாகுஜியிடம் செய்து கொண்ட அதே ஒப்பந்தத்தை பிரதாப்சிங்கிடம் மாற்றிக் கொண்டனர். முதல் முயற்சி வெற்றி பெற கும்பெனி கூடுதல் உற்சாகத்தோடு நாடு பிடிக்கும் வேலைக்கு ஆயத்தமானது.

போர்களில் வெற்றி பெறுவதன் மூலமும், பலம் வாய்ந்தவர்களாக காட்டிக்கொள்வதன் மூலமும் மட்டுமே தங்களை நிலை நிறுத்திக் கொள்ளமுடியும் என நினைத்த ஆங்கிலேயர்களும், பிரெஞ்சுக்காரர்களும் சுதேசி மன்னர்களுக்காக தாங்களே நேருக்கு நேர் மோதிக்கொண்டனர். விளைவு, யார் மன்னராக முடிசூடிக்கொள்வது என்பதைக் குடியேறிகள் தீர்மானிக்கும் நிலை உருவாகியது. தங்களின் நோக்கத்தை அடைவதற்கேற்ற எந்த ஒரு வாய்ப்பையும் எதன் பொருட்டும் தவற விட்டுவிடக் கூடாது என்பதில் உறுதியாக இருந்த குடியேறிகள் அதற்காகத் தங்களுடைய வீரர்களை இழந்து போரிடுவதற்கும் தயங்க வில்லை.

தாங்கள் செய்த உதவிக்கு கைமாறாகவும், பரிசாகவும் பெற்ற பகுதிகள் முழுவதும் வியாபார நிறுவனங்கள், கோட்டை, கொத்தளங்களை அமைத்து தங்களை வலுப்படுத்திக்கொண்டனர். கூடவே, அந்தந்தப் பகுதிகளை ஆட்சி செய்த மன்னர்களின் படைத் தளபதிகளுக்கு பதவிகளைக் காட்டியும், உறவினர்களுக்கு பணம், பொருள்களின் மூலம் ஆசை காட்டியும் அரச குடும்பங்களுக்குள் குழப்பங்களை உண்டு பண்ணும் வேலைகளையும் தொடர்ந்து செய்துகொண்டிருந்தனர்.

முகலாய சாம்ராஜ்ஜியம் சரிந்து விழுந்ததும் தன்னிச்சையாகச் செயல்பட ஆரம்பித்த கர்னாடகம், தக்காணம், வங்காளம். அயோத்தியா, பஞ்சாப் முதலிய சிற்றரசுகளுக்குள் ஏற்பட்ட வாரிசுப் போட்டிகள் அவர்களுக்கு இன்னும் வசதியாகிப் போனது. எதிர்கொண்ட போர்களில் எல்லாம் வலிமையான படைபலத்தைக் கொண்டு வெற்றி பெற்ற ஆங்கிலேயர்கள் தங்களின் வணிகத்தைப் பெருக்குவதிலும், எல்லைகளை அதிகரிப்பதிலும் கவனம் கொள்ளலாயினர். அந்த வணிகப் போட்டி போராக மாறியது. கோபம்கொண்ட பிரெஞ்சு தளபதி டூப்ளே ஆங்கியேரின் சென்னைக் கோட்டையை 1746ல் தாக்கிக் கைப்பற்றினான். உடனே ஆங்கிலேயர்கள் ஆற்காடு நவாப் அனுப்பி வைத்த படை, உள்ளூர் காவல் படைகளின் துணையோடு பிரெஞ்சுப் படைகளைத் தாக்கி தோல்வியடையச் செய்தனர்.

ஹைதராபாத் நிஜாம் இறந்த பின் அவர் மகன் நசீர்ஜங்கும், பேரன் முசாஃபர் ஜங்கும் அரசுரிமைப் போட்டியில் இறங்கினர். ஆற்காடு நவாப்பைப்போலவே நசீர்ஜங்கும் ஆங்கிலேயர்களின் ஆதரவைப் பெற்றிருந்தான். இச்சமயத்தில் மராட்டியர்களால் சிறையில் அடைக்கப் பட்டிருந்த சந்தாசாகிப் பணம் கொடுத்து 1748ல் விடுதலையானதும் பிரெஞ்சு தளபதி டூப்ளேயைச் சந்தித்தான். கர்னாடகத்தை ஆட்சி செய்துகொண்டிருக்கும் அன்வர்தீன் கானுடன் போரிட்டு வென்று தன்னை மன்னராக்கும்படி கேட்டுக்கொண்டான். அப்படிச் செய்தால் போர்ச்செலவு முழுவதையும் நீங்கள்தான் ஏற்றுக் கொள்ள வேண்டும் என்ற கோரிக்கையை டூப்ளே வைக்க இருவருக்குமிடையே ஒப்பந்தம் கையெழுத்தானது.

பிரெஞ்சுப் படைகளின் உதவியோடு 1749ல் ஆம்பூரில் நடைபெற்ற போரில் சந்தாசாகிப் வெற்றி பெற்று கர்னாடகத்தின் தலைநகரான ஆற்காடில் நவாப்பாக பதவி ஏற்றான். அந்தப் போரில் பிரெஞ்சுப்

படையினரால் அன்வர்தீன்கான் கொல்லப்பட்டான். அவனின் ஒரு மகன் மாபூஸ்கான் பிடிபட இன்னொரு மகன் முகம்மதுஅலி தப்பி திருச்சிக்கு வந்தான். ஆற்காடு நவாப்பாக அரியணை ஏறிய பின்பும் சந்தாசாகிப்பின் கோபம் குறையாமலே இருந்தது.

தப்பிச்சென்ற முகமதுஅலியைத் தாக்குவதற்காக பிரெஞ்சுப் படைகளின் உதவியோடு திருச்சி வந்த சந்தாசாகிப்பின் படைகள் திருச்சி கோட்டையை முற்றுகையிட்டன. எதிரிக்கு எதிரி நண்பன் என்று கணக்கு வைத்து செயல்பட்டுக்கொண்டிருந்த ஆங்கிலேயர்கள் முகமதுஅலிக்கு ஆதரவாகப் போரில் குதித்தனர். ஆற்காடைவிட்டு பிரெஞ்சுப் படைகளும், சந்தாசாகிப்பின் படைகளும் திருச்சிக்குச் சென்றிருந்ததால் ஆங்கிலேயப் படைகள் முதலில் ஆற்காடைத் தாக்கி கைப்பற்றின. பின்னர் திருச்சி நோக்கி முன்னேறிய ஆங்கிலேயப் படைகளின் முன் பிரெஞ்சுப் படைகளால் எதிர் நிற்க முடியவில்லை. பெருத்த சேதத்திற்குப் பின் அவர்கள் தோல்வியடைய சந்தாசாகிப்பை ஆங்கிலேயர்கள் கொன்றனர்.

ஆற்காடு நவாப்பாக அடுத்து யார்? என்ற அதிகாரப் போட்டியின் முடிவைத் தீர்மானிக்கும் இடமாக திருச்சி மாறியது. இரண்டாம் கர்னாடகப் போராக 1753 ஜுன் 26ல் திருச்சி பொன்மலைப்போர் மூண்டது. முகமதுஅலிக்கு ஆதரவாக மராட்டியப் படைகளும், ஆங்கிலேயப் படைகளும் களம் கண்டன. திருவரங்கத்தில் பிரெஞ்சுப் படைகள் முகாமிட்டன. காவிரிக் கரையைக் கடந்து வடகரையில் சமயபுரத்தில் ஆங்கிலேயப் படைகள் பாசறை அமைத்தன. பொன்மலை, ஹாஜாமலை, திருமலை, உய்யக் கொண்டான், திருவெறும்பூர் ஆகிய பகுதிகளில் இவ்விரு படைகளும் கடுமையாக மோதின. இறுதியில் ஆங்கிலேய, மராத்தியப் படைகள் வெற்றி பெற்றன. ஆங்கிலேயர்களின் துணையோடு முகமதுஅலி ஆற்காடு நவாப்பாக மீண்டும் அரியணை ஏறினான். இதன் விளைவு ஆங்கிலேயர்கள் தென்னகப் பகுதியான கர்நாடகம், தக்காணத்திற்குள் காலடி எடுத்து வைப்பதற்கான வாசலைத் திறந்து விட்டது.

பாளையக்காரர்களின் எதிர்ப்பிற்கான காரணங்கள்

இத்தகைய சூழலில் நாயக்க ஆட்சியை மீண்டும் மதுரையில் ஏற்படுத்த பாளையக்காரர்கள் முயன்றனர். ஆட்சிப் பொறுப்பிற்கு வரும் பேரரசுகளின் மூலம் அதற்கான முயற்சிகளைச்

செய்துகொண்டே இருந்தனர். அவசியம் ஏற்பட்டபோது போர் செய்யவும் தயங்கவில்லை. மைசூர் படை மதுரையைக் கைப்பற்றியபோது ராமநாதபுரம் சேதுபதி மன்னரும், சிவகங்கை பாளையக்காரரும் மற்ற பாளையக்காரர் களோடு இணைந்து மீட்டதோடு பங்காரு திருமலையின் மகன் விஜயகுமாரனை மதுரை நாயக்க மன்னராக்கினர். பாளையப்படைகள் அங்கிருந்து திரும்பியதும் சந்தாசாகிப்பின் நவயாத் படைகள் திரண்டு மதுரையை நோக்கி வர விஜயகுமாரன் அங்கிருந்து தப்பி சிவகங்கைக்கு ஓடினான். இருந்தபோதும் நாயக்க அரசை மீண்டும் நிலைநிறுத்தும் விருப்பம் பாளையக்காரர்களிடம் குறையாமலே இருந்தது. விஜயகுமாரனை மீண்டும் நாயக்க மன்னராக்கும் யோசனையோடு ஆங்கிலேயர்களின் உதவியை நாடினர்.

இந்த விஷயத்தில் பாளையக்காரர்களின் யோசனைக்கு நவாப் முகமதுஅலி பெரும் தடையாக இருந்தான். இதனால் செய்வதறியாது திகைத்து நின்ற பாளையக்காரர்கள் தங்கள் நலன் சார்ந்தும், பாளையம் சார்ந்தும் ஏதோ ஒரு முடிவை எடுக்கவேண்டிய சூழலுக்குத் தள்ளப்பட்ட னர். திருச்சி, தஞ்சையை மையமாகக்கொண்டு நிகழ்ந்த அத்தனை போராட்டக்களங்களும் தென்னகத்து பாளையக் காரர்களிடையே ஒரு குழப்பத்தை உண்டு பண்ணியது. ஒரு தலைமையின் கீழ் இரண்டாம் நிலையில் செயல்பட்ட அவர்களுக்கு மாறி வரும் தலைமைகளும், அந்நியர்களின் தலையீடுகளும், படையெடுப்புகளும் ஒரு வித அச்ச உணர்வையும், தெளிவின்மையையும் அளித்தன.

திருநெல்வேலி, மதுரை, திண்டுக்கல், திருச்சி, ராமநாதபுரம் ஆகிய தென்னகப் பாளையங்களில் இருந்து வரிவசூல் செய்வதில் அடுத்தடுத்து வந்த அரசர்கள் காட்டிய அக்கறையும், வேகமும் பாளையக்காரர்களை ஆத்திரமடையச் செய்தது. திருநெல்வேலி சீமையில் இருந்த பாளையங்களில் மராட்டியர்கள், ஆற்காடு நவாப் அன்வர்தீன் கான், அவன் மகன் முகமது அலி, அதிகாரப் போட்டியில் இருந்த சந்தாசாகிப், அவனால் மதுரை கவர்னராக நியமிக்கப்பட்ட ஆலம்கான் என அடுத்தடுத்து வரி வசூல் செய்யும் உரிமையோடு பலரும் வரிசை கட்டி நின்றனர். ஆட்சி பீடத்தைக் கைப்பற்றுவது முதல் வரிவசூல் செய்வதுவரை யாருக்கு அதிகாரம்? என அவர்களுக் குள் நடந்த போட்டியை பயன்படுத்திக் கொண்டு பாளையக்காரர்களில் சிலர் வரி தர மறுத்தனர். தவிர, அவர்களுக்கே உரிய போர் குணமும், பாளையப் பாதுகாப்பிற்கான தன் பொறுப்புணர்வும் அவர்களைத் தனியே விலகி நிற்க

வைத்தன. பாளைய நலன்களை மட்டும் மனதில்கொண்டு அவர்கள் செயல்படத் தொடங்கினர். அந்த ஆரம்பம் பாளையத் தலைவர்களின் செல்வாக்கை முன்னிலும் அதிக மாக்கியது. அந்தச் செல்வாக்கு காலப்போக்கில் அதிகாரவரம்பின் உச்சமாக மாறிப் போனதை துரதிருஷ்டம் என்றே சொல்ல வேண்டும்.

தங்களைக் கட்டுப்பாட்டில் வைத்திருந்த அரசுக்கோ, பேரரசுக்கோ உரிய தண்டல் தொகையையும், தேவைப்படும் காலத்தில் படை உதவியையும் அளித்து வந்த பாளையக்காரர்கள் ஆரம்பகாலத்தில் நீதி வழுவாதவர்களாக இருந்தனர். ஆனால், தங்களுடைய தனிப்பட்ட செல்வாக்கின் வளர்ச்சியை மையப்படுத்தி அவர்கள் இயங்க ஆரம்பித்தபோது பல சமூகச் சீர்கேடுகளுக்கு அது வழிவகுத்தது. சமூக ஏற்றத்தாழ்வுகள், சாதிச்சண்டைகள், அடிமைமுறை, கடும் தண்டனை வழங்குதல் எனப் பல தாழ்வுகள் உருவாகின. பாளையக்காரர்கள் தங்களுக்கான அடையாள நிலையில் இருந்து மாறி தனக்கே உரித்தான ஒரு செல்வாக்கான நிலையை ஏற்படுத்திக்கொண்டிருந்த நிலையில் அவர்களை ஒடுக்கித் தங்கள் கட்டுக்குள் வைக்க ஆற்காடு நவாப் கடுமையாக முயன்றான். அதற்காக ராணுவ நடவடிக்கைகளையும் எடுக்கத் தயங்கவில்லை. இதனால் பாளையக்காரர்கள் தங்கள் உரிமை, பாளையங்களின் நலன் ஆகியவைகளின் பொருட்டு நவாப்பையும், ஆங்கிலேயர்களையும் எதிர்த்து நிற்க வேண்டிய சூழல் உருவானது.

பாளையத்தலைவர்களின் செல்வாக்கு உயரத் தொடங்கிய இக்கால கட்டத்தில் அவர்கள் தன் நிலையில் இருந்து மாற ஆரம்பித்தனர். தங்களின் செல்வாக்கை உயர்த்திக்கொள்ளும் விதமாக அதற்கான நடவடிக்கைகளில் இறங்கினர். நவாப்புகள் ஆட்சியில் நிதியைக் கண்காணிக்கவும், சிவில் வழக்குகளை விசாரிக்கவும் நியமிக்கப் பட்டிருந்த ‘அமுல்தார்‘களுடன் ரகசிய உறவுகளை ஏற்படுத்திக் கொண்டனர். இதன் மூலம் தங்கள் பாளைய மக்களிடம் விரும்பும் அளவுக்கு வரி வசூல் செய்தனர். இதைக் கண்டுகொள்ளாமல் இருக்கவும், தங்களின் அதிகார வரம்பை உயர்த்திக்கொள்ளவும் பாளையக்காரர்கள் வசூல் தொகையில் ஒரு பகுதியை அமுல்தாருக்கு கையூட்டாகக் கொடுத்தனர். இதனால் மக்கள் வரிச்சுமையால் அவதிப்பட்டனர்.

பாளையக்காரர்கள் மூலம் மட்டுமே மைய அரசுடன் மக்கள் தொடர்பு கொள்ளும்படியான நிலை இருந்ததால் அவர்கள்

வைப்பதே சட்டம் என்றானது. நீதியை சாதகமாக வழங்குவதற்காகவும், தண்டனைகளைக் குறைப்பதற்காகவும் மறைமுகமாக சம்பந்தப்பட்டவர்களிடமிருந்து பணம் கையூட்டாக பெறப்பட்டது. காவற்காரர்களை நியமித்து தங்களை கொள்ளையர்களிடமிருந்து பாதுகாத்த பாளையக்காரர்களுக்கு அப்பாளைய மக்கள் 'தேசக்காவல்' என்ற பெயரில் தாமாகவே ஒரு தொகையை அளித்து வந்தனர். பாளையக்காரர்களோ பலவித காரணங்களைக் கூறி மக்களிடம் தேசக்காவல் தொகையாக கூடுதல் பணம் வசூலித்தனர். பின்னாட்களில் பாளையக்காரர்கள் மீது மக்கள் அவநம்பிக்கைகொள்ள இதுவும் ஒரு காரணம்.

சர்க்கார் நிலங்களில் மக்களைக் குடியேற்றுவதன் மூலம் மைய அரசுக்கான நெருக்கடியை மறைமுகமாக அதிகரித்தனர். பின்னர் அவர்களுக்கு உதவும் நோக்கில் தங்களின் அதிகார வரம்பை மைய அரசு ஏற்றுக்கொள்ள கட்டாயப்படுத்தினர். தங்கள் பாளைய எல்லைகளை விரிவாக்குவதற்காக பக்கத்துப் பாளையங்களில் ஆக்கிரமிப்பு செய்தல், அப்பாளையத்தின் உள் விவகாரங்களில் தலையிடுதல் ஆகியவைகளைச் செய்தனர். தேசக்காவல் உள்ளிட்ட பல விஷயங்களில் பாளையக்காரர்களுக்கிடையே அடிக்கடி ஏற்பட்ட தகராறுகள் கசப்புணர்வாக மாறி வெளிப்படையான மோதல்களாக மாறின. இதனால், பாதிக்கப்பட்ட பாளையக்காரர் மைய அரசை அணுகும் நிலை உருவானது. பாளையங்களுக்கிடையேயான இந்த ஒற்றுமையின்மை பாளைய விவகாரங்களில் அந்நியர்கள் தலையிடுவதற்கான சூழலை உருவாக்கியது.

நாயக்கர் ஆட்சி வீழ்ச்சிக்குப் பின் பாளையங்களுக்கு முழு சுதந்திரம் தானாகக் கிடைத்தது. அத்தகைய சுதந்திர உணர்வோடு இருந்த பாளையக்காரர்களுக்கு நவாப்பிற்கும், நாயக்கர்களுக்கும் இடையே யார் பக்கம் நிற்பது? என்ற குழப்பம் மிகப்பெரிய முரணை உருவாக்கியது. ஆரம்பத்தில் நாயக்கர்கள் பக்கம் நின்ற பாளையக்காரர்கள் அதன் பின் பாளையங்களை விரிவு செய்யும் ஆசையில் எவர் கை ஓங்கி ஒலிக்கிறதோ அவர்களைச் சார்ந்து செயல்படத் தொடங்கி னர். அதேநேரம் பாளையக்காரர்கள் தங்களுக்கிடையே நிலவி வந்த உட்பூசல்களாலும், எல்லைப் பிரச்னைகளாலும் ஒருவருக்கொருவர் பகை உணர்வோடு இருந்து வந்தனர். எதிரிக்கு எதிரி நண்பன் என்றவகையில் பாளையக்காரர்கள் தங்களுக்குள்ளாகவே பிரிந்து அணி சேர்ந்தனர். இந்த

ஒற்றுமையின்மையில் சில பாளையக்காரர்கள் ராணுவ நடவடிக்கைகளில் சிக்க ஆரம்பித்தனர்.

பணத் தேவையின் பொருட்டு மனம் போன போக்கில் நவாப் வரிகளை உயர்த்தினான். ஆண்டுக்கு ஆண்டு உயர்ந்த வரிச்சுமையால் பாளையக்காரர்கள் தங்கள் பாளையங்களின் வரியை உயர்த்தினர். இதனால் மக்களிடையே ஓர் அமைதியற்ற சூழல் உருவானது. நவாப்பின் அதிகாரம் பெற்றவர்கள் வரிவசூல் செய்வதில் கடுமையாக நடந்துகொண்டனர். அதன் பொருட்டு அவர்கள் ஒரு பாளையக்காரருக்குச் சாதகமாய் இருப்பதாய் காட்டிக்கொண்டு மறைமுகமாக இன்னொரு பாளையக்காரருக்குச் சாதகம் செய்தனர்.

இதனால் பாளையக்காரர்களுக்கு அவர்கள் மேல் ஏற்பட்ட நியாயமான கோபம் நாளடைவில் நவாப்பின்மீது திரும்பியது. கேட்கும்போதெல்லாம் தனக்குக் கப்பப் பணம் தரப்பட வேண்டும். அது வருடந்தோறும் மாறிக்கொண்டே இருக்கும் என்ற நவாப்பின் சட்ட நியதி பாளையக்காரர்களுக்கு சலிப்பைத் தர ஆரம்பித்தது. ஒரு புறம் கடுமையான ராணுவ நடவடிக்கை, இன்னொரு புறம் சமரசம், கூடுதல் பகுதிகள் இணைப்பு என வரிவசூலுக்காக மேற்கொள்ளப்பட்ட நடவடிக்கைகள் பாளையங் களுக்கிடையே ஒருவிதமான மறைமுக புகைச்சலை உருவாக்கிய படியே இருந்தது.

நாயக்கர் ஆட்சியில் துணை ராணுவ நிலைக்குரிய அதிகாரம் கொண்டிருந்த பாளையக்காரர்கள் அதற்கு இழுக்கு ஏற்படும் போதெல்லாம் தங்களுக்கே உரிய பணிய மறுக்கும் குணம், படை திரட்டும் திறன் ஆகிய இயல்பான குணங்களால் ஆங்கிலேயர்களை எதிர்க்கத் துணிந்தனர். தங்களிடம் குறைவான ஆயுதங்கள், பீரங்கிகளுக்கு எதிர் நிற்க முடியாத கோட்டைகள் மட்டுமே இருந்த போதும் அவர்கள் தயங்கி நிற்கவில்லை. தங்களின் உடல் பலம், அடர் காடுகளில் பதுங்கிப் பாயும் போராட்ட முறை, பாளையங்களில் விரிந்து கிடந்த பாதைகளற்ற அடர் காடுகள், எதிரிகள் எளிதில் நுழைய முடியாத இயற்கை அரண் ஆகியவைகளைத் துணையாக வைத்துக்கொண்டு போராடத் துணிந்தனர். சில நேரங்களில் பாளையக்காரர்களுக்குக் கிடைத்த வெற்றிகள் இன்னும் கூடுதல் நம்பிக்கையையும், போராட்ட வெறியையும் அவர்களுக்கிடையே உருவாக்கியது. அந்த நம்பிக்கையின் விளைவாக ஆரம்பத்தில் கொஞ்சம், கொஞ்சமாக

வரிப்பண கிஸ்தியைக் கொடுத்து வந்தவர்கள் ஒரு கட்டத்தில் முற்றாக நிறுத்தினர். இதனால் நவாப்பிற்கு ஏற்பட்ட பண நெருக்கடி பாளையக்காரர்களிடமிருந்து கட்டாய வரிவசூலைச் செய்யவைத்தது. அதற்காக நவாப் ஆங்கிலேயர்களின் உதவியை நாடினான்.

பாளையக்காரர்களிடமிருந்து வரிவசூல் செய்து தருவதற்கான ஒப்பந்தம் 1755ல் நவாப்புக்கும், கும்பெனிக்கும் இடையே உருவானது. அந்த ஒப்பந்தத்தை வைத்துக்கொண்டு பாளையங் களுக்குள் நுழைந்த ஆங்கிலேயர்கள் வரிவசூலைத் தொடங்கினர். அவர்களின் மிரட்டலுக்கும், எச்சரிக்கைகளுக்கும் பல பாளையங்கள் பணிந்தன. அந்த வெற்றி ஆரவாரத்தோடு முன்னேறி வந்தவர்களைத் திருநெல்வேலிச் சீமையில் நெற்கட்டான்செவல் பாளையம் தடுத்து நிறுத்தியது. அந்தப் பாளையத்தை ஆண்டு வந்தவர் பூலித் தேவர்.

-6-

முதல் பெரும் படையெடுப்பு

கி.பி. 1755 பிப்ரவரி 4 ம் நாள் தென்பாண்டிச் சீமை மீது கர்னல் ஹெரான் தலைமையில் பெரும் படையெடுப்பு நிகழ்ந்தது. ஐரோப்பிய படைவீரர்களைக்கொண்டிருந்த ஹெரானின் படையோடு மாபூஸ்கான் தலைமையில் நவாப்பின் படைகளும், கான்சாகிப் (மருதநாயகம்) தலைமையில் கும்பெனியின் உள்நாட்டுப் படைகளும் இணைந்து தென் பாண்டிச் சீமைக்குள் நுழைந்தன. இப்படையெடுப்பே சுதந்திர தாகம் கொண்டிருந்த தென் சீமைகளை அடக்க எழுந்த முதற் பெரும் படையெடுப்பு என ஆய்வாளர் கால்டுவெல் கூறுகிறார்.

பிப்ரவரி 10ல் மணப்பாறை நோக்கிவந்த படைகளை லட்சுமண நாயக்கர் தலைமையிலான பாளையப்படையினர் எதிர் கொண்டனர். அதை கான்சாகிப் தலைமையிலான படைகள் முறியடித்து முன்னேறியது. லட்சுமண நாயக்கர் வரிப்பணத்தைச் செலுத்தினார். ஆரம்பமே வெற்றி என்ற ஆரவாரத்தோடு வந்தவர்கள் கள்ளர் நாட்டைக் கடந்து மதுரையைத் தாக்கினர். அப்பொழுது மதுரையை சந்தாசாகிப்பின் பிரதிநிதிகளாக இருந்து ஆட்சி செய்து வந்த நபிகான் கட்டாக், மியானா, முடேமியா ஆகியோர் கும்பெனி மற்றும் நவாப்பின் படைகளை

எதிர்கொள்ளாமல் அங்கிருந்து தப்பி ஓடினர். தொடர்ந்து முன்னேறி வந்த எதிரிப்படையினர் கோவில்குடியில் முகாமிட்டிருந்த பாளையக்காரர்களைத் தாக்கி பின்வாங்கி ஓடச் செய்தனர்.

மார்ச் இறுதியில் மாபூஸ்கான் தலைமையிலான நவாப் படைகளும், கும்பெனிப் படைகளும் நத்தக்கோட்டையைத் தாக்கிக் கைப்பற்றினர். எதிரிப் படைகளின் கண்மூடித்தனமான தாக்குதலுக்கு அஞ்சி பாளையக்காரர்கள் பலரும் பணிந்தனர். மார்த்தாண்டவர்மனுக்குச் சொந்தமான களக்காட்டை திருவாங்கூர் மன்னன் தாக்கிக் கைப்பற்றி னான். திருவாங்கூர் மன்னன் இரட்டை அந்தஸ்து கொண்டிருந்தான். மதுரை நாயக்க ஆட்சியின் கீழ் வரும் பகுதியாக களக்காடு இருந்ததால் பாளையக்காரராகவும், ஆற்காடு நவாப்பின் மேற்குக் கடற்கரைப் பகுதியில் வரும்போது தன்னாட்சி மன்னனாகவும் கருதப்பட்டான்.

ஏப்ரல் 30ல் தன் படைகளை திருநெல்வேலி சீமைக்குள் நுழைய ஹெரான் உத்தரவிட்டான். பாஞ்சாலங்குறிச்சியைப் படைகள் முற்றுகையிட்டன. திருநெல்வேலி சீமையில் அப்போது இருந்த பாளையங்கள் கிழக்கு, மேற்கு என இரண்டாகப் பிரிந்து செயல்பட்டுக்கொண்டிருந்தன. கிழக்குப் பாளையங்களுக்கு கட்டபொம்மனின் பாட்டன் பொல்லாப் பாண்டிய கட்டபொம்மனும், மேற்குப் பாளையங்களுக்கு பூலித் தேவரும் தலைமையேற்றிருந்தனர். கர்னல் ஹெரானின் படை முதலில் கிழக்கு பாளையங்களுக்குள் நுழைந்தது. படைகள் நுழைந்த செய்தியே பாஞ்சாலங்குறிச்சி பாளையக்காரராக இருந்த பொல்லாப் பாண்டிய கட்டப் பொம்மனுக்கு நடுக்கத்தைத் தந்தது. அவரிடமிருந்து வரிக்காகப் பணத்தையும், தவணைக்காக பிணைக் கைதிகளையும் பெற்றுக்கொண்ட ஹெரான் பக்கத்து பாளையமான எட்டயபுரத்து நாயக்கரிடமும் வரியைப் பெற்றுக்கொண்டான். பலரும் பணிய, சிலர் ஓடி ஒளிய கிழக்கு பாளையங்களில் வந்த வேலையை முடித்துக்கொண்ட ஹெரானின் படைகள் மேற்கு பாளையத்திற்குள் நுழைய ஆயத்தமானது.

பெருந்தொகைக்கான கப்பப் பணத்தை எதிர்பார்த்து பாளையங் களுக்குள் நுழைந்த படைகளுக்கு நினைத்தபடி வசூல் நடை பெறவில்லை. தவிர, பிரெஞ்சுப் படைகள் திருச்சியைத் தாக்கக் கூடும் என்ற சந்தேகம் இருந்ததால் தென் சீமையில் முகாமிட்டிருந்த படைகளை திருச்சிக்குத் திரும்ப அப்போதைய

கவர்னர் பிகாட்பிரபு உத்தரவிட்டார். இந்தக் காரணங்கள் தவிர ஹெரான்மீது எழுந்த குற்றச்சாட்டுகளால் அவனை திரும்ப வரச் சொன்னதாக பேராசிரியர் ந. சஞ்சீவி 'வீரத்தலைவர் பூலித் தேவர் கும்மந்தான் கான்சாகிபு' நூலில் குறிப்பிடுகிறார். இக்கருத்திற்கு வலு சேர்க்கும்விதமாக வரிவசூல் செய்வதைவிடப் பாளையக் காரர்களிடமிருந்து தனக்காக பரிசுப் பொருள்களையும், பணத்தையும் வசூல் செய்வதில் ஹெரான் தீவிரமாக இருந்ததையும், அவனின் பணத்தாசையையும் சுட்டிக் காட்டுகின்றனர்.

வசூலித்த வரிப்பணம், கொள்ளையிட்ட பொருள்கள், பிணையத்திற்காகப் பெறப்பட்டவர்கள் சகிதம் கும்பெனிப் படைகள் திருச்சிக்குத் திரும்பின. செல்லும் வழியில் நெற்கட்டான்செவல் பாளையத்தை ஆண்டுகொண்டிருந்த பூலித் தேவர்மீது படையெடுக்கும்படி மாபூஸ்கான் ஹெரானை வற்புறுத்தினான். அவனின் வேண்டுகோளை ஏற்று நெற்கட்டான்செவல் பாளையத்தை தாக்க ஹெரான் முடிவு செய்தான்.

நெற்கட்டான்செவல் கோட்டையை முற்றுகையிட்டவன் அதன் எதிரில் இருந்த கண்மாய் கரையின்மேல் பீரங்கிகளை நிறுத்தியதோடு காலாட்படை வீரர்களையும் முகாமிடச் செய்தான். அதன்பின் தன் வக்கீல் துபாஷ் (இருமொழியாளன்) முதலியை பூலித் தேவரிடம் சென்று வரிப்பணத்தை பெற்றுக்கொண்டு வர அனுப்பினான். கோட்டைக்குள் வந்த துபாஷ் முதலி இருபதாயிரம் ரூபாய் மட்டும் கொடுங்கள். நீங்கள் வரி செலுத்துவது தெரிந்தால் மற்றவர்களும் வரி செலுத்திவிடுவார்கள் எனச் சொன்னான். அதைக்கேட்டு பூலித் தேவர் பொங்கி எழுந்தார். இருபதாயிரம் ரூபாயா? இங்கிருந்து வரியாக ஒரு நெல்மணியைக் கூட உங்களால் எடுத்துச் செல்ல முடியாது. எங்கள் உறைவாளை உருவுவதற்கு முன் இங்கிருந்து ஓடிப்போய்விடுங்கள் என விரட்டியடித்தார். நடுங்கிப் போன துபாஷ் முதலி ஹெரானிடம் வந்து நடந்ததைச் சொல்ல அவன் தாக்குதலுக்கு உத்தரவிட்டான். பீரங்கிகள் குண்டுகளைக் கக்கினதேயொழிய கோட்டையின் ஒரு சில்லைக் கூடப் பெயர்க்க முடியவில்லை.

துபாஷ் முதலி ஹெரானிடமிருக்கும் படைவீரர்களுக்கு ஆயுத, உணவுப் பற்றாக்குறை இருப்பதைச் சொல்லி இருந்ததால் பூலித் தேவர் பதில் தாக்குதல் செய்யாமல் காத்திருந்தார். தொடர் தாக்குதலில் இருந்த கொஞ்ச, நஞ்ச ஆயுதங்களும், உணவுப்

பொருள்களும் ஹெரானின் படைகளிடம் குறையவே, அதற்காகவே காத்திருந்த பூலித் தேவர் திடீர் தாக்குதலை அவர்கள்மீது நடத்தினார். ஆங்கிலேயப் படைகளும், ஆற்காடு நவாப்பின் படைகளும் நாலாபுறமும் சிதறி ஓடின. இனி எதுவும் செய்ய முடியாது என நினைத்த ஹெரான் வெள்ளைக்கொடியைக் காட்டினான். அவனுக்கு உயிர்பிச்சை கொடுத்து அனுப்பியதன் மூலம் கும்பெனிக்கு பூலித் தேவர் முதல் எச்சரிக்கை மணியை அடித்தார். திருநெல்வேலியில் ஆங்கிலேய, ஆற்காடு நவாப் படைகளுக்கு விழுந்த முதல் தோல்வியும், அடியும் இதுதான்!

மதுரையைக் கைப்பற்றும் முயற்சியில் கள்ளர் நாட்டைக் கடந்து வந்த ஆங்கிலேயப் படைகள் கள்ளர்கள் வழிபட்டுவந்த சிலைகளை கைப்பற்றிச் சென்றனர். அதைத் தடுக்க முயன்ற கள்ளர் படைகளை ஹெரான் தன் படைகளின் மூலம் கடுமையாகத் தாக்கியதோடு, சிலைகளை திரும்பத் தர வேண்டுமெனில் 5000 ரூபாய் கொடுக்க வேண்டும் எனக் கூறி தன்னோடு எடுத்துச் சென்றான். இதனால் கடும் கோபம் கொண்டிருந்த கள்ளர்படை பூலித் தேவரிடம் தோற்றுப் பின்வாங்கிய ஹெரான் திரும்பிச் செல்லும் தகவல் கிடைத்ததும் நத்தம் பகுதியில் அவர்களைச் சூழ்ந்தது. ஹெரான் கவர்ந்து சென்ற கடவுள் சிலைகளை மீட்டது. கும்பெனி, நவாப் படைகள் மேற்கொண்ட திருநெல்வேலிச் சீமையின் முதல் படையெடுப்பு வெற்றி பெறவில்லை. மாறாக, அவர்களின் எதிர்பார்ப்புகளை பொய்த்துப் போக வைத்தது. தோல்விகளால் துவள வைத்தது.

மாபூஸ்கானுக்கு எதிராக

1755ம் ஆண்டு நவாப்பின் சகோதரன் மாபூஸ்கான் மதுரை, திருநெல்வேலி சிவில் கவர்னர் பதவியையும், வரிவசூல் உரிமையையும் 15 லட்சம் ரூபாய்க்கு பெற்றான். மதுரையின் ஒட்டு மொத்த அதிகாரமும் அவனுக்கு வழங்கப்பட்டிருந்தது. ஹெரானோடு இணைந்து படை நடத்தி வந்தபோது திருவாங்கூர் மன்னனுக்குச் சொந்தமான களக்காட்டை மாபூஸ்கான் கைப்பற்றியிருந்தான். ஆனால், நெற்கட்டான்செவல் கோட்டை முற்றுகையில் ஆங்கிலேயர்கள் தோற்றதும் நிலைமை தலைகீழாக மாறியது. பாளையப்படைகள் வேகம்கொண்டன. மாபூஸ்கான் விலை கொடுத்து வாங்கிய கவர்னர் பதவி அவனுக்கு முள் கிரீடமானது. மறவர்கள், கள்ளர்கள், பட்டாணியர்கள்,

பாளையக்காரர்கள் எனப் பலரும் மாபூஸ்கானுக்கு எதிராகக் கலகம் செய்தனர். அதை இன்னும் வேகமெடுக்கச் செய்யும் முயற்சியில் பூலித் தேவர் உள்ளிட்ட தலைவர்கள் முன் நின்றனர்.

நவாப்பின் திருச்சிப் பிரநிதியான முடோமியா, திருவாங்கூர் மன்னரைத் தொடர்புகொண்டு களக்காட்டை மீண்டும் கைப்பற்றிக் கொள்ளத் தூண்டினான். திருவாங்கூர் படைகள் களக்காட்டை முற்றுகையிட்டு மீண்டும் தன் வசப்படுத்தின. செய்தியறிந்த மாபூஸ்கான் கும்பெனியின் ஆயிரம் சிப்பாய்கள், நவாப்பின் அறுநூறு குதிரை வீரர்கள் எனப் படை திரட்டி வந்தான். முன்னேறுவதும், பின்வாங்குவதுமாக நடந்த யுத்தத்தில் அவனால் களக்காட்டை மீட்க முடியவில்லை. பின்னாளில் பூலித் தேவன் களக்காட்டை தன்வசமாக்கிக்கொண்டான்.

கட்டபொம்மன் பாஞ்சாலங்குறிச்சியைச் சுற்றியுள்ள கிராமங்களைக் கைப்பற்றிக்கொண்டார். கள்ளர்களும், பட்டாணியர்களும் இணைந்து மதுரை அருகே தங்களுக்கென ஒரு நிர்வாகத்தை அமைத்துக்கொண்டனர். மேற்குப் பகுதி பாளையக்காரர்கள் தங்கள் எல்லைகளை விரிவுபடுத்தினர். வடகரை பாளையக்காரர் முன்னிலும் கூடுதல் வலிமையோடு தன் பகுதியில் நிர்வாகம் செய்ய ஆரம்பித்தார். இந்த வெற்றி பூலித்தேவருக்கு நம்பிக்கை தர மற்ற பாளையக்காரர்களுடன் பேசி தன் வலிமையைப் பெருக்கிக்கொண்டார். மதுரைக்கும், திருநெல்வேலிக்கும் இடையில் நடுமண்டலமாக விளக்கும் ஸ்ரீவில்லிப்புத்தூர் கோட்டையை தன் அடுத்த தாக்குதலுக்கு பூலித் தேவர் தேர்ந்தெடுத்தார். பூலித் தேவர் தலைமையில் பாய்ந்து வந்த வீரர்களின் பாய்ச்சலைக் கண்டு அங்கு ஆட்சி செய்துகொண்டிருந்த ஆற்காடு நவாப்பின் தம்பி அப்துல்ரஹீம் தப்பி ஓடினான்.

எதிரிகளின் பீரங்கித் தாக்குதல்களைத் தாங்கி நின்ற நெற்கட்டான் செவல் கோட்டையை மேலும் பலப்படுத்திய பூலித் தேவர் பனையூர், களக்காடு, வாசுதேவநல்லூர் ஆகிய இடங்களில் புதிய கோட்டைகளைக் கட்டினார். ஆங்கிலேயர்களுக்கு எதிராக பூலித் தேவர் மேற்குப் பகுதி பாளையக்காரர்களோடு இணைந்து கூட்டணியை உருவாக்கினார். கிழக்குப் பகுதி பாளையங்களுக்கு தலைமையேற்றிருந்த பொல்லாப் பாண்டிய கட்டபொம்மனும் எட்டப்ப நாயக்கரும் ஹெரானிடம் பிணைக் கைதிகளைக் கொடுத்திருந்ததால் இதில் சேரவில்லை.

ஆங்கிலேயர்களிடமும், ஆற்காடு நவாப்பிடமும் ஆளுகை பட்டிருந்த திருச்சி, திருநெல்வேலி ஆகிய இரண்டையும் இணைக்கும் சந்திப்பாக மதுரை விளங்கியது. மதுரையைக் கைப்பற்றுவதன் மூலம் திருச்சி, திருநெல்வேலியை தனித் தனி நிலைகளாக்கி விட முடியும் என பூலித் தேவர் நினைத்தார். எனவே ஸ்ரீவில்லிபுத்தூருக்கு அடுத்து மதுரையைக் கைப்பற்ற முடிவு செய்யப்பட்டது. அதற்காக முன்பு சந்தாசாகிப்பின் பிரதிநிதியாக மதுரையை ஆட்சி செய்தவனும், தற்சமயம் பூலித் தேவரின் ஆதரவாளனாக இருக்கும் மியானா அதற்காக நத்தம், மதுரை பாளையக்காரர்களைத் தூண்டினான். அவர்களின் ஒத்துழைப் போடு பூலித் தேவரின் படை திண்டுக்கல்லை கைப்பற்றியது. அடுத்து மதுரையைத் தாக்குவதற்கு முன் திருநெல்வேலியைத் தாக்கி அங்கிருக்கும் மாபூஸ்கானை கைது செய்ய பூலித் தேவர் திட்டமிட்டார். அதற்காக 20,000க்கும் மேற்பட்ட கிளர்ச்சியாளர்கள் பூலித் தேவரின் வழிகாட்டலில் குழுமி இருந்தனர்.

சூழ்ச்சியால் மட்டுமே தன்னை நிலை நிறுத்த முடியும் என நினைத்த மாபூஸ்கான் தனக்குத் துணையாக நின்ற எட்டப்ப நாயக்கருக்கும், பாஞ்சாலங்குறிச்சிக்கும் சில கிராமங்களைக் கொடுத்தான். வரிச் சலுகைகளை அறிவித்தான். திருச்சியில் பிணையாக வைக்கப்பட்டிருந்த அவர்களுடைய ஆள்களை மீட்டுத் தருவதாகவும் சொன்னான். இத்தகைய காரணங்களால் மாபூஸ்கானுடன் இருவரின் படைகளும் இணைந்தது. பெரும் படையைத் திரட்டி வந்த மாபூஸ்கான் இம்முறை திருவாங்கூர் படைகளிடமிருந்து களக்காட்டை கைப்பற்றினான்.

1756 மார்ச் 21ல் மாபூஸ்கானின் படைகள் திருநெல்வேலிக்கு ஏழுமைல் தொலைவில் கிளர்ச்சிப் படைகளை எதிர்கொண்டது. கடுமையாக மோதல் நிகழ்ந்தது. பூலித் தேவரின் ஒரு படைப்பிரிவிற்குத் தலைமை யேற்றிருந்த முடோமியாவையும், அவனுடைய குதிரையையும் எதிரிப் படைகள் கண்டம் துண்டமாக வெட்டி எறிந்தன. தன் படைகளின் சேதம் அதிகமாகி வருவதைக் கண்ட பூலித் தேவர் தாக்குதலைக் குறைத்து பின்வாங்கி நெற்கட்டான்செவலுக்குத் திரும்பினார். தன்னுடைய வீரர்களில் பலரை அப்போரில் பூலித் தேவர் இழந்திருந்தார்.

திருநெல்வேலியில் மாபூஸ்கான் வெற்றி பெற்றிருந்தபோதும் அது முழுமையாக அமையவில்லை. கிளர்ச்சியின் தாக்கம்

அங்கொன்றும், இங்கொன்றுமாக கனன்றுகொண்டே இருந்தது. நினைத்தபடி எதுவும் நடக்காத நிலையில் நிலைமையை கட்டுக்குள் கொண்டுவர கூடுதல் படைகள் கேட்டு கும்பெனியிடம் நவாப் கோரிக்கை விடுத்தான். அவனின் கோரிக்கைக்குச் செவி மடுத்த கவர்னர் பிகாட் பிரபு ஒரு படைப் பிரிவை திருநெல்வேலிக்கு அனுப்பி வைத்தான்.

களமிறங்கிய கான்சாகிப்

கிளர்ச்சியாளர்களை முழுமையாக ஒடுக்க கான்சாகிப் தலைமையில் படைகள் வந்திறங்கின. மாபூஸ்கானை கயத்தாறில் சந்தித்தான். பிணையக் கைதிகளோடு வந்திருந்த கான்சாகிப் கட்டபொம்மனையும், எட்டப்ப நாயக்கரையும் சந்தித்தான். அரசாங்க நிலங்களை ஆக்கிரமித்திருந்தவர்களை அங்கிருந்து அப்புறப்படுத்தியவன் தென் சீமையில் இருந்த ஒவ்வொரு பாளையத்திற்குள்ளும் நுழைந்தான். அவனின் ஆக்ரோஷ தாக்குதல்கள்பற்றி அறிந்திருந்த பாளையக்காரர்கள் கப்பத் தொகையைச் செலுத்தினர். மறுத்தவர்களை கடுமையாகத் தாக்கி மண்டியிட வைத்தான் கான்சாகிப். அவனிடம் சரண் அடைந்தவர்களில் பூலித் தேவரும், சிவகிரி பாளையக்காரரும் அடங்குவர் என்கிறார் பேராசிரியர் கே. ராஜய்யன்.

கும்பெனிப் படைகளை மதுரை கோட்டைக்குள் அனுமதித்தது, பாளையக்காரர்களிடமிருந்து நேரடியாகக் கப்பத் தொகையை வசூலித்தது போன்ற கான்சாகிப்பின் செயல்களால் மாபூஸ்கான் அதிருப்தி அடைந்தான். இதனால் இருவருக்கும் இடையே முரண்பாடு ஏற்பட்டது. கும்பெனி கவர்னர் பிகாட்பிரபு கான்சாகிப்பிற்கு ஆதரவான நிலைப்பாட்டை எடுத்ததால் ஆற்காடு நவாப்பால் ஏதும் செய்ய இயலாமல் போனது. தொடர்ந்து செல்வாக்கு பெற்றுவந்த கான்சாகிப்பின் வளர்ச்சியைக் கண்டு பொறாமைகொண்ட நவாப் அவன்மீது பல்வேறு குற்றச்சாட்டுகளைக் கூறிய போதும் கும்பெனி அதுபற்றி பெரிதாக எடுத்துக் கொள்ளவில்லை.

மாபூஸ்கான், கான்சாகிப் இருவருக்குமான மோதல் தீர்வு காணப் படாத நிலையில் மதுரை, திருநெல்வேலி சிவில், ராணுவ கவர்னர் பொறுப்பில் இருந்து மாபூஸ்கானை கும்பெனி நீக்கியது. தங்களின் நேரடி கட்டுப்பாட்டிற்குள் அப்பகுதிகளைக் கொண்டுவந்தது. நவாப்பும், கும்பெனியும் ஏற்றுக்கொள்ளக்கூடிய ஒரு கவர்னரை

நியமிக்கும்வரை வரிவசூல் உரிமையை வேறு ஒருவருக்குத் தர இரு தரப்பிலும் ஒத்துக்கொள்ளப்பட்டது. அதன்படி திருநெல்வேலி சீமையின் குத்தகை உரிமையை பல லட்சம் ரூபாய்க்கு தாத்தாரப்ப முதலிக்கு (சில நூல்களில் அழகப்ப முதலி என இவர் பெயர் குறிப்பிடப் பட்டுள்ளது) அவரின் பாதுகாப்பிற்காக கொடுக்கப்பட்ட படைகளின் செலவின ஏற்பு, வரிவசூல் தொகையில் நவாப்பிற்கு ஒரு பங்கு, அவர் வாங்கிய கடனுக்கு வட்டியாக ஒரு பங்கு என பங்குகளால் நிரப்பப் பட்ட ஒப்பந்தம் மூலம் கொடுத்தது. மதுரை நிர்வாகம், மாபூஸ்கானால் நியமிக்கப்பட்ட பர்க்கத்தௌலாவிடம் வழங்கப்பட்டது.

கும்பெனியின் இந்த முடிவால் மாபூஸ்கான் கடும் கோபம் கொண்டான். தவிர, பாளையக்காரர்களுக்கும், கும்பெனிக்கும் இடையே வரிவசூல் தொடர்பாக பலவித சச்சரவுகள் நிலவி வந்தன. கொலை, கொள்ளை, வழிப்பறி, சூறையாடல்கள் என மிகுந்ததில் பல்வேறு சிக்கல்களுக்கு மக்கள் உள்ளாகினர். பாளையக்காரர்கள் பல இடங்களில் அவமதிக்கப்பட்டனர். கான்சாகிப்பிற்கும், தாத்தாரப்ப முதலிக்கும் இடையே நிர்வாகப் போட்டி ஏற்பட்டது. இதன் தொடர்ச்சியாக பாளையக்காரர்கள் தாக்கப்பட்டனர். இதனால் பாளையக்காரர்களின் எதிர்ப்புணர்வு தீவிரமானது. திருவாங்கூர் மன்னன், மதுரைப் பகுதிகளை ஆட்சி செய்தவர்களில் எஞ்சி இருந்த பட்டாணியர், பூலித் தேவர் ஆகியோர் ஓரணியில் திரண்டனர். இந்தச் சூழ்நிலையில் பாளையக்காரர்களை மீறி எதுவும் செய்ய முடியாது என நினைத்த மாபூஸ்கான் அவர்களோடு நட்புக்கரம் நீட்ட முடிவு செய்தான்.

மாபூஸ்கான் தலைமையில் திரண்ட பாளையங்கள்

மாபூஸ்கான் பாளையக்காரர்களின் கூட்டணியைப் பெற தனது எல்லைகளுக்கு அப்பாற்பட்ட கிராமங்களை பாளையத் தலைவர்களுக்கு வழங்கினான். பதிலுக்கு அவர்களின் பொருளாதார, ராணுவ உதவிகள் பெறப்பட்டது. இதனால் அரசுக்கு எதிரான கிளர்ச்சிப் படை விரிவடைய ஆரம்பித்தது. தங்கள் பகுதிகளை விரிவுபடுத்திக் கொள்வதற்கான ஒரு வாய்ப்பாக இதைப் பயன்படுத்திக் கொள்ள நினைத்த பாளையக்காரர்கள் பலரும் இக்கூட்டணியில் இணைந்தனர். மாபூஸ்கானால் கொடுக்கப்பட்ட கிராமங்களால் பூலித் தேவரின் எல்லைகள் விரிவடைந்ததோடு அவருடனான நெருக்கமும் அதிகமானது.

இதனால் கிளர்ச்சிப் படைகளின் முதன்மை முகாமாக பூலித் தேவரின் நெற்கட்டான்செவல் மாறியது. பாளையக்காரர்களிடம் பெற்றதைப் போல இந்து அரசர்களின் ஆதரவையும் மாபூஸ்கான் கோரினான். அதற்குக் கைமாறாக நாயக்கர்களிடம் மீண்டும் ஆட்சி தரப்படும் என உறுதியளிக்கப்பட்டது.

16,000 வீரர்களைக் கொண்ட படை திரண்டது. 1757ல் வெடித்த இக்கிளர்ச்சி ஆட்சியாளர்களுக்கு பெரும் அதிர்ச்சியைக் கொடுத்தது. திருநெல்வேலி நோக்கிப் பாய்ந்த கிளர்ச்சிப் படைகள் அரசாங்க நிலங்களை தன் வசப்படுத்தியது. கூட்டணியில் பங்கேற்காது நடுநிலை வகித்த எட்டயபுரத்தை கிளர்ச்சிப் படையினர் தாக்கிச் சூறையாடினர். தாத்தாரப்ப முதலியாரின் படைகள் தோற்றோடின. வடகரை பாளையக்காரர்கள் கடைய நல்லூர், சங்கரன் கோவிலின் ஒரு பகுதி, தங்கச்சி மடம் ஆகிய பகுதிகளைக் கைப்பற்றிக்கொண்டனர். வள்ளியூர் திருவாங்கூர் மன்னன் வசமானது. திருநெல்வேலி சீமையின் பெரும்பகுதி கிளர்ச்சியாளர்களின் பிடிக்குள் வந்தது.

ஸ்ரீவில்லிபுத்தூரில் முகாமிட்டிருந்த கான்சாகிப் திருநெல்வேலி கோட்டையைப் பாதுகாத்துக்கொண்டான். ஆழ்வார்குறிச்சி முகாமைத் தாக்குவதில் தோல்வியடைந்த கிளர்ச்சியாளர்கள் அப்போரில் பூலித் தேவரின் இரு முக்கிய தளபதிகளையும், சிங்கம்பட்டி பாளையத் தலைவரையும் இழந்தனர். கிளர்ச்சியாளர்களின் கட்டுப்பாட்டில் இருந்த பகுதிகளை மீட்கும் முயற்சியில் கான்சாகிப்பிற்கு உதவிட கவர்னர் பிகாட்பிரபு கூடுதல் படைகளை அனுப்பி வைத்தான். தளபதி கெய்லாடு தலைமையில் அப்படைகள் திருநெல்வேலியை வந்தடைந்தன.

மூன்றாவது கர்னாடகப்போர் துவங்கியதும் திருச்சியை பிரெஞ்சுப் படைகள் தாக்கும் அபாயம் இருந்தது. அதனால் ஏப்ரல் 11ல் கெய்லாடும், கான்சாகிபும் படைகளைத் திரும்ப அழைத்துச் சென்றனர். கிளர்ச்சிப் படைகளின் முற்றுகையில் இருந்த மதுரைக் கோட்டையை மீட்கும் முயற்சியில் கெய்லாடு தோற்று பின் வாங்கினான். மாபூஸ்கான் மதுரையைக் கைப்பற்றினான். அப்படியே பாளையங்கோட்டையைத் தாக்கி கைப்பற்ற முடிவு செய்தான். அக்கோட்டையைக் காத்து வந்த வசவப்ப நாயக்கன் பூலித் தேவரின் ஆதரவாளனாக இருந்ததால் மாபூஸ்கானை எதிர்க்க வில்லை. செய்தியறிந்த தாத்தாரப்ப முதலி பாஞ்சாலங்குறிச்சி,

எட்டயபுரம் பாளையக்காரர்கள் ஆதரவோடு பாளையங் கோட்டையை மீட்டார். தற்காலிகமாக பாளையங்கோட்டை தப்பியது.

ஜுலை 9ல் மீண்டும் திரண்டு வந்த நவாப்படை மதுரை கோட்டையைத் தாக்கி உள்ளே நுழைய முயன்றது. திருச்சியில் முகாமிட்டிருந்த கெய்லாடும் அதில் பங்குகொண்டான். ஜுலை 10ல் கோட்டையின் மதில் சுவர் தகர்ந்தது. கிளர்ச்சிப் படைகளுக்கும், கும்பெனிப் படைகளுக்கும் கடும் போர் நிகழ்ந்தது. கிளர்ச்சியாளர்களின் தாக்குதலுக்கு எதிர்கொள்ள முடியாமல் கெய்லாடு பின் வாங்கினான்.

கெய்லாடும், கான்சாகிப்பும் இணைந்து பல பாளையக் காரர்களையும், மறவர்குல மன்னர்களையும் வென்றனர். பாஞ்சாலங்குறிச்சி, எட்டயபுரம், சிவகிரி, சாத்தூர் பாளையக் காரர்களைத் தோற்கடித்தனர். இதனால் கிளர்ச்சிப் படைகளில் இருந்த பல பாளையக்காரர்கள் தங்களின் எதிர்ப்பு மனநிலையில் இருந்து பின் வாங்கினர். இதனால் கிளர்ச்சியாளர்களின் பலம் குறைந்தது. பூலித் தேவர், பர்க்கத்துல்லா உள்ளிட்ட சிலரே மாபூஸ்கானுக்கு ஆதரவாக நின்றனர். மதுரை கோட்டையைக் காக்க பெரும் முயற்சி மேற்கொண்டிருந்த பர்க்கத்துல்லா எந்த உதவியும் கிடைக்காத நிலையில் கெய்லாடிடம் கோட்டையை ஒரு லட்சத்து எழுபதாயிரத்துக்கு விற்றான். 1757 செப்டம்பர் 8ல் மதுரை கோட்டை ஆங்கிலேயர் வசமானது.

மூன்றாம் கர்னாடகப் போரில் பங்கு கொள்வதற்காக கெய்லாடு சென்னை சென்றுவிட மதுரையைக் காக்கும் பொறுப்பு கான்சாகிப் வசம் வந்தது. இந்நிலையில் பிரெஞ்சுப் படைகளின் ஆதரவைப் பெற்றிருந்த ஹைதர் அலி பெரும்படையோடு மதுரையைக் கைப்பற்ற படையெடுத்து வந்தார். திண்டுக்கல் வழியே நுழைந்து சோழவந்தான் பகுதியை தாக்கிக்கொண்டிருந்த ஹைதர் அலியையும், அவருடைய படைகளையும் கான்சாகிப்பின் படைகள் சுற்றி வளைத்துத் தாக்கின. நாடு பிடிக்க ஆசைப்பட்டு நின்ற ஐரோப்பியர்களுக்காக மண்ணின் மைந்தர்கள் வீரம் காட்டி நடத்திய போரில் ஹைதர் அலி தோல்வியுற்றார்.

நாட்டின் நிர்வாகத்தைச் சீர் செய்ய விரும்பிய கான்சாகிப் மீண்டும் மைசூர் படைகள் ஊடுருவாமல் இருக்கக் கள்ளர்களை பாதுகாப்புப் பணியில் நியமித்தான். மாபூஸ்கானை மதுரையில் இருந்து

வெளியேற்று வதோடு, பூலித் தேவரின் பிடியில் இருந்தும் மீட்க வேண்டும் என மெட்ராஸ் கவுன்சிலிடம் கூறினான். மதுரை, திருநெல்வேலி சீமைகளில் வரி வசூலிக்க அது ஒன்றே வழி என அவன் கூறியதையடுத்து கவர்னர் பிகாட்பிரபு அதற்கான ஏற்பாடுகளைச் செய்தான். ஆற்காடு நவாப்பிடம் அவன் சகோதரன் மாபூஸ்கானை மதுரையில் இருந்து வெளியேற்று வதற்கான பேச்சுவார்த்தையை நடத்தி முடித்தான். அதன்படி 1758 பிப்ரவரியில் முகமது அலியின் உதவியாளர்கள் பூலித் தேவரின் நெற்கட்டான்செவலில் தங்கி இருந்த மாபூஸ்கானைச் சந்தித்துப் பேசினர். ஆனால், மாபூஸ்கான் விதித்த நிபந்தனைகளை நவாப் ஏற்காததால் பேச்சுவார்த்தை தோல்வியடைந்தது.

1758 இறுதியில் கும்பெனியின் தலைநகரான சென்னை பிரெஞ்சுக்காரர்களால் முற்றுகையிடப்பட்டது. இதனால் கான்சாகிப் சென்னை நோக்கிப் பறந்தான். சில இடங்களில் பிரெஞ்சுப்படைகள் பெற்ற வெற்றி கிளர்ச்சியாளர்கள் மனதில் மீண்டும் புதிய உத்வேகத்தை அளித்தது. அவர்கள் பிரெஞ்சுக் காரர்களின் உதவியைப் பெற முயன்றனர். சென்னையை முற்றுகையிட்டிருந்த பிரெஞ்சுப் படைகள் தோல்வியடைந்ததை அடுத்து அப்பிரச்னை முடிவுக்கு வந்தது. ஹைதர் அலி மற்றும் பிரெஞ்சுப்படைகளைத் தோல்வியடையச் செய்வதில் கும்பெனிப் படைகளுக்கு பக்கபலமாக நின்ற கான்சாகிப் 1759ல் மதுரை, திருநெல்வேலி கவர்னராக பிகாட்பிரபுவால் நியமிக்கப்பட்டான்.

சென்னையில் இருந்து திரும்பிய கான்சாகிப் நத்தம் முதல் திருவாங்கூர் வரையிலான பெரும்பாலான பகுதிகள் மாபூஸ்கானின் தலைமையிலான கிளர்ச்சிப் படைகளிடம் இருப்பதைக் கண்டான். ராமநாதபுரம், சிவகங்கை, புதுக்கோட்டை பாளையக்காரர்களைத் தன்னோடு சேர்த்துக் கொண்டான். மதுரையைச் சுற்றியிருந்த கள்ளர் நாடுகளைச் சேர்ந்த கள்ளர்களையும், வரி தர மறுத்து நின்றவர்களையும் கடுமையாகத் தாக்கினான். அவர்கள் மீண்டும் தனக்கு எதிராகக் கிளர்ச்சியில் ஈடுபடக்கூடாது என்பதில் அவன் காட்டிய உறுதி கள்ளர் பாளையத் தலைவர்களின் உயிரைப் பறித்தது. ஏறக்குறைய ஒரு மாதகாலம் அவன் எடுத்த கடும் முயற்சியும், தாக்குதல் நடவடிக்கைகளும் எதிர்பார்த்த பலனைத் தர ஆரம்பித்தது. கள்ளர் பகுதியில் தன் செல்வாக்கை உறுதி செய்ததோடு நத்தம், மேலூர், வெள்ளாளப் பட்டி ஆகிய இடங்களில் கோட்டைகளைக் கட்டி ஆட்சி செய்ய

ஆரம்பித்தான். மதுரை பாளையக்காரர்களை அடக்கி கட்டுப் படுத்தியவன் திருநெல்வேலி பாளையங்களிலிருந்த எழுச்சியை அடக்க முடிவு செய்து பெரும்படை திரட்டி வந்தான்.

திருநெல்வேலி சீமையின் கிழக்குப் பகுதிக்குள் நுழைந்தவன் கொல்லங்கொண்டான், கோவில்பட்டி கோட்டைகளைத் தாக்கித் தரை மட்டமாக்கினான். கிளர்ச்சியாளர்களுக்கு வெளியில் இருந்து கிடைத்து வந்த உதவிகளைத் தடுத்து நிறுத்தியதோடு காடுகளுக்குள் தன் படைகளை அனுப்பி தேடுதல் வேட்டையை நிகழ்த்தினான். எட்டயபுரம் பாளையத்தைத் தாக்கி நிலுவையில் இருந்த கப்பத் தொகையைக் கட்ட வைத்தான். நிலைமை கை மீறிப்போவதைக் கண்ட மாபூஸ்கான் தன் சகோதரன் நவாப் முகமது அலியுடன் உடன்படிக்கை செய்துகொள்ள தயாராக இருப்பதாக கவர்னர் பிகாட் பிரபுவுக்கு தகவல் அனுப்பினான். அம்பாசமுத்திரம், ரங்கசமுத்திரம் ஆகியவற்றை பூலித்தேவருக்குத் தர வேண்டும் என்ற மாபூஸ்கானின் கோரிக்கையை நிராகரித்த நவாப் முகமதுஅலி அவனை மட்டும் மன்னித்து ஏற்றுக்கொள்வதாக தகவல் அனுப்பினான். அதுவரையிலும் பூலித் தேவரின் பிடியில் இருந்த மாபூஸ்கான் 1760 மார்ச் மாதம் நெற்கட்டான்செவலை விட்டு வெளியேறி நவாப்பின் அரண்மனைக்குச் சென்றான்.

பூலித்தேவருக்கு எதிராக கான்சாகிப்

1760ல் கும்பெனிக்கும், நவாபுக்கும் நெருங்கிய நண்பனாக இருந்த பொல்லாப் பாண்டிய நாயக்கர் என்னும் கட்டபொம்மு இறந்தார். அவரது மகன் ஜகவீர பாண்டிய நாயக்கர் ஆட்சிக்கு வந்தார். இவர் காலத்தில் பாஞ்சாலங்குறிச்சி பாளையம் ஆங்கிலேயருக்கு எதிராக நின்றது. சீமையின் கிழக்குப் பகுதியில் வெற்றி பெற்ற கான்சாகிப் மேற்குப் பகுதிக்குள் நுழைந்தான். பூலித் தேவரின் கட்டுப்பாட்டில் இருந்த களக்கொண்டான் பாளையத்தை வென்றதோடு சொரண்டை, ஊத்துமலை, காங்குன்றம் பாளையங்களையும் தன்னோடு இணைத்துக்கொண்டான். மேற்குப் பகுதியில் தான் பெற்ற வெற்றிகளை நிலை நிறுத்த வேண்டுமானால் பூலித் தேவரின் பலத்தை உடைக்கவேண்டும் என நினைத்த கான்சாகிப் அதற்கான வேலைகளில் தீவிரம் காட்டினான். பூலித்தேவருக்கு பக்கபலமாக நின்ற வடகரை என்ற சொக்கம்பட்டி பாளையக் காரரையும், திருவாங்கூர் மன்னனையும் தன் சூழ்ச்சி வலைக்குத் தேர்வு செய்தான்.

திருவாங்கூர் பாளையத்திற்கும், வடகரை பாளையத்திற்கும் பகையை மூட்டியவன் தனது படைகளை திருவாங்கூர் படைகளுக்கு ஆதரவாக அனுப்பி வைத்தான். 1759 செப்டம்பரில் அப்படைகள் வடகரையைத் தாக்கின. கடும் போர் மூண்டது. ஆனாலும் தன் பகுதிகளைத் தக்க வைக்க முடியாத நிலையில் வடகரை பாளையக்காரர் நெற்கட்டான்செவலுக்குத் தப்பி வந்தார்.

வந்தவாசியில் கும்பெனிப் படைகளைத் தோற்கடித்ததும், வட மாவட்டங்களில் போர் ஓய்ந்த பின்னர், திருநெல்வேலிக்கு தம் படைகளை அனுப்பி முகம்மது அலிக்குப் பதிலாக மாபூஸ்கானை நவாப்பாக நியமிப்பதாக பிரெஞ்சு தளபதி டூப்ளே கடிதம் ஒன்றை பூலித்தேவருக்கு எழுதி இருந்தான். அதை திருவாங்கூர் மன்னனுக்கு அனுப்பி ஆங்கிலேயருக்குத் தரும் ஆதரவை விலக்கிக் கொள்ளுமாறு பூலித் தேவர் கேட்டுக்கொண்டார். ஆனால், திருவாங்கூர் மன்னனோ அந்தக் கடிதத்தை ஆங்கிலேயருக்கு அனுப்பி அவர்களை மிரட்டப் பார்த்தான். கான்சாகிப் திருவாங்கூர் மன்னனை சமாதானப்படுத்தி தக்க வைத்துக் கொள்வதற்காக களக்காட்டை நவாப்பின் ஒப்புதலின்றி அவனுக்குக் கொடுத்தான்.

பாஞ்சாலங்குறிச்சி பாளையக்காரர் தலைமையில் திரண்ட கிழக்குப் பகுதி பாளையக்காரர்களும், பூலித் தேவர் தலைமையில் திரண்ட மேற்குப் பகுதி பாளையக்காரர்களும் ஓரணியில் இணைய வில்லை. அதற்கு அவர்களிடையே இருந்த மொழி, இன வேறுபாடு தடையாக இருந்ததைக் காரணமாகச் சுட்டுகிறார் பேராசிரியர் கே. ராஜய்யன். மேற்குப் பகுதி பாளையங்கள் ஹைதர் அலி மற்றும் பிரெஞ்சுப் படைகளின் துணையோடும், கிழக்குப் பகுதி பாளையங்கள் டச்சுக்காரர்களின் உதவியோடும் களம் காணத் தயாராகின. இவ்விரு குழுக்களும் கர்னாடகத்தை வென்று தங்களுக்குள் பங்கிட்டுக்கொள்ள முடிவு செய்தன.

திட்டமிட்டபடி கட்டபொம்மன் ஒட்டப்பிடாரம் கோட்டையைக் கைப்பற்றினார். டச்சுக்காரர்கள் ஆழ்வார் திருநகரி, மணப் பாறையைக் கைப்பற்றினர். ஆனால் கான்சாகிப் சாதுர்யமாகச் செயல்பட்டு அரசாங்க நிலங்களிலிருந்து டச்சுக்காரர்களை வெளியேற்றினான். மறுபுறம் 1500 குதிரைகள், 2000 சிப்பாய் களுடன் மைசூரின் தெற்கு எல்லையை ஹைதர் அலி வந்தடைந்தார். அவருக்கு உதவியாக வர வேண்டிய

பிரெஞ்சுப்படைகள் வராமல் போனதால் முன்னேறி வந்த ஹைதர் அலியை கும்பெனிப் படைகள் பின்வாங்கச் செய்தன.

சேத்தூர், சிவகிரி பாளையங்களைக் கைப்பற்றிய பின் பூலித் தேவரின் வாசுதேவநல்லூர் கோட்டையை நோக்கி கான்சாகிப் முன்னேறினான். இயற்கையின் பாதுகாப்பு அரண்களோடு மற்ற கோட்டைகளைவிட வலுவான நிலையில் எழும்பி நின்ற அக்கோட்டையைக் காப்பாற்ற கிளர்ச்சிப் படையினர் திரண்டனர். சிலர் மட்டும் கோட்டையின் பாதுகாப்பில் பங்கெடுக்க மற்றவர்கள் காடுகளுக்குள் சென்று பதுங்கி னர். அங்கிருந்து திடீரென வெளியே கிளம்பி வந்து கான்சாகிப்பின் முகாம்களைத் தாக்கிவிட்டு காடுகளுக்குள் சென்று மறைந்துகொண்டனர். இதனால் திட்டமிட்டபடி அவனால் பூலித் தேவரின் கோட்டையைத் தாக்க முடியாததால் பீரங்கிகளைக் கொண்டு வாசுதேவநல்லூர் கோட்டை சுவர்களைத் தாக்க ஆரம்பித்தான்.

அகலத்திலும், நீளத்திலும் முறையே 300 கெஜமும், 650 கெஜமும் கொண்டிருந்த கோட்டை, மண்ணாலான போதும் பலம் மிக்கதாக இருந்தது. கோட்டைக்குள் இருந்தபடியே வெளியிடங்களைப் பார்ப்பதற்கேற்ப அதன் சுவர்களில் சின்னஞ்சிறு துவாரங்கள் அமைக்கப்பட்டிருந்தன. ஒவ்வொரு கொத்தளமும் தனித்தனி பாதுகாப்புச் சுவரால் அமைக்கப்பட்டிருந்தது. மதுரை, பாளையங் கோட்டை ஆகிய இடங்களில் இருந்த கோட்டைகளில் இருந்து முற்றிலும் மாறுபட்ட வகையில் வாசுதேவநல்லூர் கோட்டை அமைந்திருந்ததாக பேராசிரியர் ந. சஞ்சீவி குறிப்பிடுகிறார். 1759 டிசம்பர் 4ல் கோட்டையை முற்றுகையிட்ட கான்சாகிப்பிற்கு உதவியாக நாகப்பட்டிணம், மதுரை, பாளையங்கோட்டை, தூத்துக்குடி ஆகிய இடங்களில் இருந்து கும்பெனிப் படைகள் வந்து சேர்ந்தன.

பூலித்தேவருக்கும், கான்சாகிப்பிற்குமான நேரடி யுத்தம் ஆரம்பமானது. குதிரைப்படை, பீரங்கிப்படை, காலாட்படை என முப்படைகளைக்கொண்டும் கான்சாகிப் தாக்கத்தொடங்கினான். பீரங்கிகளின் மூலம் கோட்டைச் சுவர்களைத் தகர்த்தெறிய முயற்சி மேற்கொண்டான். பூலித்தேவருக்கு ஆதரவாக நெற்கட்டான் செவலில் இருந்தும், மற்ற பாளையங்களில் இருந்தும் வந்த படைகள் கான்சாகிப் பின் தாக்குதலை எதிர்கொண்டன. கடும் உயிர் சேதம் இரு தரப்பிலும் ஏற்பட்டது. தற்காப்பு ஆயுதங்கள் வெகுவாக குறைந்ததாலும், கும்பெனியின் ஒரு பீரங்கியைப்

பாளையப்படைகள் தகர்த்தெறிந்த தாலும் கான்சாகிப் வாசுதேவநல்லூர் கோட்டை முற்றுகையை கைவிட்டு பின் வாங்கினான். அதன்பின் அவனுடைய பாசறைகளை பூலித் தேவரின் படைகள் அழித்து ஒழித்தன. கான்சாகிப் திருநெல்வேலிக்கும், திருவாங்கூர் மன்னன் கேரளாவிற்குமாக தத்தம் நிலைகளுக்குத் திரும்பினர். கான்சாகிப்பின் தோல்வியும், பூலித் தேவரின் வெற்றியும் கும்பெனிக்கு பெரும் அதிர்ச்சியைக் கொடுத்தது.

எப்படியும் பூலித் தேவரை வீழ்த்தி விடவேண்டும் என்பதில் கான்சாகிப் தீராத வேட்கையோடு இருந்தான். வீரத்தால் வெற்றி கொள்ள முடியாத பூலித் தேவரை விலை கொடுத்து வாங்கிய வீணர்களைக்கொண்டு வீழ்த்தத் திட்டமிட்டான். பணத்துக்கும், பதவிக்கும், பொருளுக்கும் ஆசைப்பட்டு அணிதிரண்ட பிற பாளையங்களையும், புதுக்கோட்டை தொண்டைமான் சீமையையும் இணைத்துக்கொண்டு மீண்டும் படை திரட்டி வந்தான். வாசுதேவநல்லூர் போருக்குச் சரியாக ஓராண்டு கழித்து 1760 டிசம்பரில் கான்சாகிப் பூலித் தேவரின் நெற்கட்டான்செவல் கோட்டையை தாக்கச் சென்றான். கோட்டையில் இருந்து மூன்று மைல் தொலைவில் அமைந்திருந்த மலையடிவாரத்தில் முகாமிட்டான்.

1760 டிசம்பர் 20ல் பூலித் தேவர் கடுமையான எதிர்தாக்குதலைத் தொடுத்தார். தனது வீரர்களில் 100 பேரை இழந்தபோதும் கான்சாகிப்பின் முகாமை நாலாபுறமும் கிழித்தெறியச் செய்தார். கான்சாகிப்பின் வசம் அஞ்சங்கோவில், தூத்துக்குடியில் இருந்து கொண்டுவரப்பட்ட பீரங்கிகள் இருந்தபோதும் அதற்கான குண்டுகள் திருச்சியில் இருந்து குறித்த நேரத்தில் வராததால் அவைகளை அவனால் அப்போரில் பயன்படுத்த முடியாமல் போனது. தோல்வியடைந்து பின்வாங்கிச் சென்ற கான்சாகிப் மீண்டும் கோட்டையை முற்றுகையிட்டான். நான்கு மாதங்கள் வரை அம்முற்றுகை நீடித்தது.

1761 ஏப்ரலில் கூடுதல் படைகள் வந்து சேர்ந்ததும் கான்சாகிப் தாக்குதலை ஆரம்பித்தான். கோட்டை மதில் சுவர்களுக்கிடையே பதுங்குக் குழிகளை அமைத்தான். ஒரு குன்றின் உச்சியைக் கைப்பற்றியதும் கோட்டையின் முழு அமைப்பையும் அவனால் பார்க்க முடிந்தது. அதன் பின் கோட்டையும், வெற்றியும் கான்சாகிப்பின் வசம் போக ஆரம்பித்தது. பூலித் தேவரின்

தலைமையில் கோட்டைக்குள் குழுமி இருந்த படையினரை சிதறி ஓட வைத்தான். தொடர்ந்து அவர்கள் ஒன்று சேராதவாறு தடுத்து நிறுத்தினான். இதனால் பாளையப் படைகளால் தொடர்ந்து போராட முடியவில்லை. 1761 மே 16ல் பூலித் தேவர் சரணடைந்தார். அதன் தொடர்ச்சியாக பாளையத்தலைவர்கள் பலரைக் கைது செய்தவன் 29க்கும் மேற்பட்ட களிமண் கோட்டைகளைத் தகர்த்தெறிந்தான்.

பூலித் தேவர் சரணடைந்ததாகவும், பாளையத் தலைவர்களை கான்சாகிப் பெரிய மனதோடு தப்பிச் செல்ல அனுமதித்ததாகவும் சில வரலாற்றாசிரியர்கள் தங்கள் நூல்களில் கூறியுள்ளனர். வேறு சில ஆய்வாளர்கள் கோட்டையில் தாக்குதல் நடைபெற்றுக் கொண்டிருக்கும்போதே தன் வலிமை குறைவதை உணர்ந்த பூலித் தேவர் படையினரோடு வெளியேறி ராமநாதபுரம் மாவட்டம் கடலாடிக்குத் தப்பிச் சென்றார் என்று தங்கள் நூல்களில் எழுதி உள்ளனர். பேராசிரியர் ந. சஞ்சீவி, ‘பூலித் தேவரின் இறுதி நாட்கள் பற்றி தெளிவாகத் தெரிந்து கொள்ள போதுமான வரலாற்றுச் சான்றுகள் கிடைக்கவில்லை’ என எழுதுகிறார். எப்படி இருப்பினும் நெற்கட்டான்செவல் முற்றுகைக்குப் பின் பூலித் தேவர் தப்பிச் சென்றார் என்பது மட்டும் உறுதியாகிறது.

மீண்டும் களம் கண்ட பூலித் தேவர்

1763ல் மதுரை, திருநெல்வேலி சீமையை கான்சாகிப் சுயமாக ஆள முடிவு செய்தான். பெரும் கலவரத்தினை உருவாக்கி அதற்கான ஆயத்தங்களைச் செய்தான். இதனால் கும்பெனிக்குப் பகையாளியானான். தவிர, ஆரம்பம் முதலே அவனுக்குக் கிடைத்து வந்த முக்கியத்துவத்தை விரும்பாத நவாப் முகமதுஅலி கும்பெனியிடம் தொடர்ந்து அவனைப் பற்றிய குற்றச்சாட்டு களையும், சந்தேகங்களையும் சொல்லிக்கொண்டே இருந்தான். இவையெல்லாம் ஒன்று சேர்ந்து வளர்த்த கிடாவை காவு வாங்கும் முடிவை எடுக்கும்படியான நிலைக்கு கும்பெனியைக் கொண்டு வந்தது. பெரும் படையெடுப்பை நடத்தி மதுரையை முற்றுகையிட்டு கான்சாகிப்பை கும்பெனிப்படை கைது செய்தது. 1764 அக்டோபர் 15ல் கான்சாகிப் தூக்கிலிட்டுக் கொல்லப்பட்டான்.

கான்சாகிப் தூக்கிலிடப்பட்ட செய்தி அறிந்ததும் பாளையத் தலைவர்களும், வீரர்களும் மீண்டும் புத்துணர்வுகொண்டனர். கடலாடியில் பதுங்கி இருந்த பூலித் தேவர் தன் வீரர்களோடு மீண்டும் நெற்கட்டான் செவலுக்கு வந்து அரியணை ஏறினார்.

1760ம் ஆண்டு கான்சாகிப் முற்றுகையிட்டு தோற்ற பின் இவ்விடம் நவாப்பின் கைக்கு வந்தது என்றபோதும் அதற்கான ஆதாரங்கள் ஏதுமில்லை என்கின்றனர் வரலாற்று ஆசிரியர்கள். பூலித் தேவரின் வருகையால் மீண்டும் புத்துணர்வு பெற்று பாளையத்தலைவர்கள் எழுச்சிகொண்டிருப்பதை அறிந்த கும்பெனி கடும் நடவடிக்கை எடுக்க முடிவு செய்தது. இங்கிலாந்தில் இருந்து குதிரைப் படைகளையும், ராணுவ வீரர்களையும் ஆயிரக்கணக்கில் கொண்டுவந்து குவித்தது.

கான்சாகிப் விஷயத்தில் தான் நினைத்ததை சாதித்த நவாப் இந்த சந்தர்ப்பத்தை தனக்குச் சாதகமாக்கிக்கொள்ளத் திட்டமிட்டான். பாளையக்காரர்களை ஒடுக்கி வறண்டு கிடக்கும் தன் கஜானாவை வரிவசூல் மூலம் நிரப்ப நினைத்தான். கான்சாகிப்பிற்கு உதவியதற்காகவும், அரசாங்க நிலங்களைக் கைப்பற்றிக் கொண்டதோடு வரி தர மறுத்ததற்காகவும் பாளையங்களைத் தண்டிக்க நினைத்தான். அதன் தொடர்ச்சியாக ஆங்கிலேயத் தளபதிகள் தலைமையில் படைகள் மீண்டும் பாளையங்களுக்குள் நுழைந்தன.

கர்னல் ராம்லே கள்ளர் நாட்டின்மீது தாக்குதல்களை நடத்தி கப்பத் தொகையைப் பெற்றான். நவாப் முகம்மதுஅலியின் மகன் உம்தத் உல் உம்ரா டொனால்ட் கேம்பல் உதவியுடன் அரியலூர், உடையார் பாளையங்களைத் தாக்கிக் கைப்பற்றினான். இவ்விரு பாளையக்காரர்களும் அங்கிருந்து தப்பி தரங்கம்பாடிக்கு ஓடினர். 1766ல் மேஜர் வில்லியம் பிளிண்ட் தலைமையிலான ஒரு படை திருநெல்வேலிக்குள் புகுந்து கொல்லங்கொண்டானைத் தாக்கியது. கடுமையான எதிர் தாக்குதலைச் சந்தித்த அப்படை பின்வாங்கியது. கேப்டன் பௌட்சன் தலைமையிலான படை வாசுதேவநல்லூர் கோட்டையைத் தாக்கி தோற்றுப் பின் வாங்கியது. எட்டயபுரம், பாஞ்சாலங்குறிச்சி கோட்டைகள் கிளர்ச்சியாளர்களின் வசம் இருந்தன.

1767 பிப்ரவரியில் பாஞ்சாலங்குறிச்சி கோட்டையை முற்றுகையிட்ட மேஜர் வில்லியம் பிளிண்ட் அதைக் கைப்பற்றினான். ஆயினும் பெரும்பாலான இடங்கள் பாளையப் படைகள், கிளர்ச்சியாளர்கள் வசமே இருந்தது. முதல் சுற்று தாக்குதல்களில் பெரிய வெற்றியைப் பெற்றிராத நிலையில் 1767 ஏப்ரலில் நவாப் மற்றும் கும்பெனிப் படைகள் இணைந்து கர்னல் டொனால்ட் கேம்பல் தலைமையில் இரண்டாவது சுற்று

தாக்குதல்களை தீவிரமாக நிகழ்த்தின. ஏப்ரல் 28ல் கொல்லங்கொண்டானையும், மே 3ல் சேத்தூரையும் கைப்பற்றிய கர்னல் டொனால்ட் கேம்பல் சிவகிரியைத் தாக்கினான். யுத்த முடிவில் சிவகிரியும் ஆங்கிலேயர்கள் வசமானது. சிவகிரி பாளையக்காரர் வரகுணர் தனது வீரர்களுடன் அடர் காடுகளுக்குள் சென்று பதுங்கினார். பூலித் தேவரின் வாசுதேவநல்லூர் கோட்டையை நோக்கி முன்னேறிய டொனால்ட் கேம்பல் பீரங்கிக் குண்டுகளால் தொடர்ந்து தாக்க ஆரம்பித்தான். கோட்டைக்குள் பதுங்கி இருந்த பாளைய வீரர்கள் குண்டுகளால் ஏற்பட்ட பிளவுகளைச் சரிசெய்தபடியே தீவிர தாக்குதல்களில் ஈடுபட்டனர். எதிரிப் படை வீரர்களால் முன்னேற முடியவில்லை. மீறி முன்னேறி வந்தவர்கள் மூர்ச்சையற்று வீழ்ந்தனர். அதனால் பல மணி நேரம் பீரங்கிகளைக்கொண்டே ஆங்கிலேயர்கள் கோட்டையைத் தாக்கினர். அதன் அதிர்வுகளாலும், எதிர்பாராத மழையாலும் கோட்டை சரிய ஆரம்பித்தது. பூலித் தேவரும், வீரர்களும் அங்கிருந்து தப்பி காட்டிற்குள் புகுந்தனர்.

காட்டிற்குள் மறைந்து வாழ்ந்த பூலித் தேவர் தள்ளாத வயதில் மாண்டாரா? ஆங்கிலேயர்களால் சிறைபிடிக்கப்பட்டு கொல்லப் பட்டாரா? அல்லது நாட்டுப்புற பாடல்களில் சொல்வதைப்போல சங்கரன்கோவிலுக்கு சாமி கும்பிடச் சென்றவர் சிவஜோதியில் கலந்து விட்டாரா? என்பது இன்னும் விளங்காத புதிராக, விடைதெரியாத வினாவாக வரலாற்றுக்கும், வரலாற்றாய்வாளர் களுக்கும் இருந்து வருகிறது. குழப்பங்களும், முரண்பாடுகளுமாக பூலித் தேவரின் வீர வரலாறு நமக்குக் கிடைத்தாலும் தமிழனின் தனி அடையாளமாக பூலித் தேவர் முழங்கிய முதல் முழக்கம் அவர் இறப்பிற்குப் பின்னும் மற்ற இடங்களுக்குப் பரவி கனன்று கொண்டே இருந்தது.

நவாப்பின் அடக்கு முறையும், வரிவசூலில் காட்டிய கெடுபிடிகளுமே பாளையக்காரர்களின் இந்தக் கிளர்ச்சிக்கான காரணங்கள் என்பதை டொனால்ட் கேம்பல் உணர்ந்தான். அதோடு, ஹைதர் அலி கர்நாடகத்திற்குள் அடிக்கடி படையெடுத்து வந்ததால் கும்பெனிப் படைகளை பாளையப் பகுதிகளுக்குள் தொடர்ந்து தங்க வைக்க முடியாத நிலையும் இருந்தது. இதனால் பாளையக்காரர்களுடன் ஒரு சுமுகமான உறவை மேற்கொள்ள நினைத்த டொனால்ட் கேம்பல், நவாப் அதிரடியாக உயர்த்தி இருந்த வரித்தொகையைக் குறைத்து பழைய தொகையையே

வரியாக நிர்ணயித்தான். சிவகிரி, சேத்தூர், வடகரை பாளையங்களை அந்தந்தப் பாளையக்காரர்களிடமே திருப்பித் தந்ததோடு அவர்கள் கொடுத்த கப்பத் தொகையையும் ஏற்றான். ஆனால், டொனால்ட் கேம்பல் பாளையங்களில் இருந்து வெளியேறியதும் அதுவரை செலுத்தி வந்த வரித்தொகையை பாளையக்காரர்கள் நிறுத்தினர்.

-7-

ராமநாதபுரத்தின் வீழ்ச்சியும், சிவகங்கையின் கர்ஜனையும்...

தென்னகத்தில் திருவாங்கூர், ராமநாதபுரம், சிவகங்கை, புதுக்கோட்டை, தஞ்சாவூர் ஆகிய நான்கும் பரம்பரைத் தன்னரசுகளாக இயங்கி வந்தன. இவர்களிடமிருந்து வரிவசூல் செய்யும் உரிமை தனக்கு உள்ளது என வலியுறுத்திய நவாப் கும்பெனியின் உதவியுடன் அதை நிலை நிறுத்த விரும்பினான். வரிவசூல் தொகைக்காக தஞ்சையை ஆங்கிலேயர்களும், நவாப்பும் பங்கிட்டுக்கொண்டனர். திருவாங்கூரை படை பலம் காட்டியும், மிரட்டியும் சம்மதிக்க வைத்தவர்கள் புதுக்கோட்டை மன்னர் தங்களுக்கேற்ப ஆடும் பொம்மையாக மாறிவிட்டதால் அவரை விட்டுவிட்டு ராமநாதபுரம், சிவகங்கைச் சீமைகளின்மீது கவனம் செலுத்தினர். இவ்விரு பாளையங்களின்மீதும் படையெடுக்க நவாப் திட்டமிட்டுக்கொண்டிருந்தான். அதை நிறைவேற்றிக் கொள்வதற்கான வாய்ப்பாக 1763ல் ராமநாதபுரம் சீமையில் ஓர் உள்நாட்டுக் கலவரம் வெடித்தது.

செல்லமுத்து விஜயரகுநாத சேதுபதி இறப்பிற்குப் பின் அவரது மகன் முத்து ராமலிங்க விஜயரகுநாத சேதுபதிக்கு 1762ல் பட்டம்

சூட்டப்பட்டது. அப்போது இவர் பாலகனாக இருந்ததால் இவரது அரசப் பிரதிநிதியாக இவரின் தாயார் முத்துத் திருவாயி நாச்சியார் நிர்வாகப் பொறுப்பை ஏற்றிருந்தார். இவருக்கு உதவியாக பிச்சை பிள்ளை, தாமோதரன் பிள்ளை ஆகிய இரு பிரதிநிதிகள் இருந்தனர். அச்சமயத்தில் ஏற்பட்ட பதவிப் போட்டியில் அரசப் பிரதிநிதியான பிச்சை பிள்ளையும் அமைச்சரான தாமோதரன் பிள்ளையும் எதிரெதிர் முகாம்களுக்கு ஆதரவு கரம் நீட்டி நின்றனர். தாமோதரன் பிள்ளை சிவகங்கைச் சீமையில் அமைச்சராக இருந்த தாண்டவராய பிள்ளையுடன் இணைந்து ராமநாதபுரத்தின் பெரும் பகுதிகளைக் கைப்பற்றினார். ஆனால், தலைநகரைக் கைப்பற்ற முடியவில்லை.

1763ல் கான்சாகிப் சுய ஆட்சி செய்யும் நோக்கில் உருவாக்கியிருந்த கலவரத்தை அடக்குவதில் ஈடுபட்டிருந்த கர்னல் பிரஸ்டனை தாமோதரன் பிள்ளையும், தாண்டவராய பிள்ளையும் சந்தித்து உதவி கோரினர். நவாப்பின் ஆலோசனைப்படி கான்சாகிப்பிற்கு எதிரான யுத்தத்தில் ராணுவ உதவியை இவ்விருவருக்கும் வழங்குவது என்றும் அதற்குப் பதிலாக ராமநாதபுரத்தைக் கைப்பற்ற உதவுவதாகவும் கர்னல் பிரஸ்டன் ஒப்பந்தம் ஒன்றை அவர்களுடன் செய்துகொண்டான்.

தாமோதரன் பிள்ளையின் திட்டத்திற்குப் பயந்து அரசப் பிரதிநிதியான பிச்சை பிள்ளை நவாப் முகம்மது அலியிடம் பாதுகாப்புக் கோரினார். இது போதாதா? தன்னிடம் வந்து சேர்ந்த இரு தரப்பினர் மூலமும் தன் திட்டங்களை, விருப்பத்தை அடைய நினைத்த நவாப் அதற்கான சூழ்ச்சி வலையை விரிக்க ஆரம்பித்தான். அரசப்பிரதிநிதியிடம் ராமநாத புரம் கோட்டையைப் பாதுகாக்க கார்னாடகப் படைப்பிரிவின் இரு பிரிவை அனுமதிக்கும்படியான ஒப்பந்தத்தை செய்துகொண்டான். துரதிருஷ்டவசமாக அந்த ஒப்பந்தம் நிறைவேறுவதற்கு முன்பே அரசப்பிரதிநிதி அம்மை நோயால் இறந்தார்.

தாமோதரன் பிள்ளை ராமநாதபுரத்தைத் தன் கட்டுப்பாட்டிற்குள் கொண்டுவந்ததோடு உள்நாட்டுக் கலவரத்தையும் ஒடுக்கினார். தான் நினைத்ததற்கு மாறாக எல்லாம் நடைபெற்றுவிட்டதால் அப்போதைக்குத் தன் திட்டத்தைச் செயல்படுத்தாமல் அமைதி காத்த நவாப் 1771ல் மறவர் நாடுகளைத் தன் பகுதிகளோடு இணைத்துக்கொள்ள கும்பெனியின் உதவியைக் கோரினான். அதற்காக அவன் மெட்ராஸ் ஆட்சிக் கவுன்சிலுக்கு எழுதிய

கடிதத்தில் மறவர் இனத் தலைவர்களை பயங்கர கொள்ளையர்களாகவும், அரசாங்க நிலங்களை அவர்கள் கவர்ந்து கொண்டதாகவும், கள்ளர்களை தங்களது பகுதிகளில் இருக்கும் காடுகளுக்குள் பாதுகாப்பாக தங்க வைத்திருப்பதாகவும் குறிப்பிட்டிருந்தான். இந்தக் குற்றச்சாட்டு களோடு சேதுபதி மன்னர் டச்சுக்காரர்களுக்கு பீரங்கித் தொழிற்சாலை நிறுவ ராமநாதபுரத்தில் அனுமதி அளித்தது, தஞ்சாவூர் படையெடுப் பிற்கு உதவாதது உள்ளிட்ட புகார்களும் சேர நவாப்பின் கோரிக்கையை ஏற்க கும்பெனி முடிவு செய்தது. ராமநாதபுரம், சிவகங்கை அரசுகள் மீது நடத்தப்படும் நவாப்பின் தாக்குதலுக்கு ராணுவ உதவி வழங்க முன் வந்தது.

1772 ஜனவரியில் சிவகங்கைக்குள் நுழைந்த கும்பெனி மற்றும் நவாப் படைகள் தொண்டி துறைமுகத்தைக் கைப்பற்றியது. செமியாலிங்கம் பிள்ளை தலைமையில் வந்த மறவர் படைகளால் எதிரிகளின் வெற்றியைத் தடுக்க முடியவில்லை. அச்சமயத்தில் கர்னாடகத்தின்மீது மராட்டியர்கள் போர் தொடுத்து வந்ததால் நவாப் தன் நடவடிக்கைகளை தற்காலிகமாக நிறுத்தினான். அதன்பின் நவாப்பின் மகன் உம்தத் உல் உமராவும், தளபதி ஜோசப் ஸ்மித்தும் இணைந்து தத்தம் படைகள் சூழ திருச்சியில் இருந்து ராமநாதபுரம் கோட்டையை நோக்கி வந்தனர்.

ராமநாதபுரம் கோட்டை செவ்வக வடிவில் கிழக்கு மேற்காக இரண்டு கல் சுற்றளவில் கிழக்குப் பகுதியில் ஒரே ஒரு கோட்டை வாசலுடன் அமைக்கப்பட்டிருந்தது. கோட்டையின் சுவர்கள் 27 அடி உயரமும், 5 அடி அகலமும் கொண்டவை. கோட்டைச் சுவரின் மூன்று பக்கங்களிலும் 42 கொத்தளங்களும், அகழி ஒன்றும் இருந்தது. 29.05.1772ல் இக்கோட்டையைப் பெரும் படை சூழ்ந்தது. மூன்று நாட்கள் பேச்சுவார்த்தை நடைபெற்றபோதும் அரசி முத்துத் திருவாயி நாச்சியார் கப்பம் கட்ட மறுத்துவிட்டார்.

இதனால் கோபம்கொண்ட உம்தத் உல் உமரா கோட்டையைச் சூழ்ந்திருந்த பீரங்கிப் படை வீரர்களுக்குத் தாக்குதல் நடத்த உத்தரவிட்டான். கோட்டைச் சுவர்களை பீரங்கிக் குண்டுகள் துளைத்தெடுத்தன. கோட்டையின் கிழக்கு மதிலில் ஒரு பெரிய வெடிப்பை உருவாக்கி அதன் வழியாக தளபதி ஸ்டீபன்சன் தன் படையோடு பாய்ந்தான். ராமநாதபுரம் கோட்டை வாயிலுக்கும், அரண்மனைக்கும் இடைப்பட்டிருந்த மைதானத்தில் கடும் போர் நிகழ்ந்தது.

மதுரையில் இருந்து கிளம்பி வந்த பான்சோர் தலைமையிலான படை சிவகங்கை படைகள் சேதுபதிகளுக்கு உதவ வரமுடியாத வகையில் தடுத்து நிறுத்தின. ஆயினும் அசராத ராமநாதபுரம் சீமை வீரர்கள் கடும் எதிர்ப்பைக் கொடுத்தனர். இறுதியில் 03.06.1772ல் சுமார் 3000 வீரர்களை இழந்த நிலையில் நவாப்பின் படைகளிடம் ராமநாதபுரம் அடிபணிந்தது. அரசியும், அவரின் தூதுவரும், இளவரசர் முத்துராமலிங்க விஜயரகுநாத சேதுபதியும் பாதுகாப்புக் கைதிகளாக சிறைபிடிக்கப் பட்டனர். அவர்கள் திருச்சி சிறையில் அடைக்கப்பட்டனர். ராமநாதபுரம் நவாப்பின் கைக்கு வந்தது.

சிவகங்கைச் சீமையின் கர்ஜனை

1772ல் ராமநாதபுரம் சீமையைக் கைப்பற்றிய உம்தத் உல் உமராவின் பார்வை அருகிலிருந்த சிவகங்கைச்சீமைமீது விழுந்தது. அப்போது சிவகங்கையை முத்து வடுகநாத பெரிய உடையத் தேவர் ஆட்சி செய்து வந்தார். மன்னரிடம் ஒரு லட்சம் ரூபாய் தருமாறு அவன் கேட்டான். தரமறுத்த மன்னர் அரண்மனையில் இருந்து நீங்கி காட்டிற்குள் சென்று தங்கி விட்டார்.

1772 ஜுன் 21ல் ஸ்மித்தும், பான்சோரும் தத்தம் படைகளோடு சிவகங்கை சீமைக்குள் நுழைந்தனர். இந்நிலையில், மன்னர் தன் இளைய ராணியோடு காளையார்கோவிலுக்கு வழிபாட்டிற்காகச் சென்றிருக்கும் செய்தி ஆங்கிலேயர்களுக்குக் கிடைத்தது. உடனே போரை நிறுத்திப் பேச்சு வார்த்தை நடத்துவது போல் நாடகமாடிக் கொண்டே காளையார்கோவில் சென்றுள்ள மன்னரை அங்கேயே வைத்து கொல்லத் திட்டமிட்டனர். தளபதி மார்ட்டீன்சும், ஸ்மித்தும் அதற்கான திட்டங்களை வகுத்தனர். மறுநாள் காளையார் கோவிலை நோக்கி முன்னேறிய படைகள் கீரனூர், சோழவரம் சாவடிகளைக் கைப்பற்றின. முன்னேறி வந்த படைகள் ஜுன் 25ல் பான்சோர் தலைமையில் காளையார்கோவிலைச் சுற்றி வளைத்து பீரங்கித் தாக்குதல்களை நடத்தியது. அதில் குண்டடி பட்டு மன்னரும், இளைய ராணியும் அந்த இடத்திலேயே இறந்தனர்.

மங்களம் பகுதியில் முகாமிட்டிருந்த நவாப் படைகள்மீது தாக்குதல் நடத்துவதற்காகச் சென்றிருந்த அமைச்சர் தாண்டவராய பிள்ளைக்கும், பிரதானி மருதுசகோதரர்களுக்கும் மன்னர் இறந்த செய்தி தெரியவந்தது. மன்னரையும், இளைய ராணியையும் வீழத்தியவர்கள் அடுத்து வேலுநாச்சியாரைத் தாக்கக் கூடும் என்பதால் உடனே அங்கிருந்து கிளம்பி அவர் தங்கி இருந்த

கொல்லங்காடுக்கு வந்தனர். சிவகங்கைச் சீமையின் முதல் மன்னரான சசிவர்ணத் தேவர் தன் மகன் முத்து வடுகநாத பெரிய உடையத் தேவருக்கு ராமநாதபுரம் செல்லமுத்து விஜயரகுநாத சேதுபதியின் மகளைத் திருமணம் செய்து வைத்தார். அந்தப் பெண்தான் வேலுநாச்சியார்!

சிவகங்கையை மீட்ட வேலுநாச்சியார்

தாண்டவராயபிள்ளை, மருதுசகோதரர்கள் ஆகியரோடு தன் மகள் வெள்ளச்சி நாச்சியாரையும் அழைத்துக்கொண்டு கொல்லங் காட்டில் இருந்து கிளம்பிய வேலுநாச்சியார் விருப்பாச்சி கோட்டைக்குச் சென்று தங்கினார். அங்கிருந்தபடி ஹைதர் அலியிடம் அவரின் மைத்துனரும், திண்டுக்கல் கோட்டை தளபதியுமாக இருந்த சையத்சாகிபு மூலம் உதவி கோரினார். பிரதான அமைச்சராக இருந்த தாண்டவராயபிள்ளை முதுமை காரணமாக இறந்துவிட மருது சகோதரர்கள் வேலு நாச்சியாருக்கு பக்க பலமாக இருந்தனர்.

ஆற்காடு நவாப்பின் ஆளுகைக்குள் சிவகங்கைச் சீமை வந்த போதும் அங்கு அடிக்கடி கலகங்களும், புரட்சிகளும் நடந்து கொண்டேயிருந்தன. மருதுசகோதரர்கள் சிவகங்கைக்கு வெளியில் இருந்தபோதும் மக்களோடும், கிளர்ச்சியாளர்களோடும் தொடர்பில் இருந்ததால் புரட்சிக்கனல் அங்கு அணையாமல் இருந்து வந்தது. இந்நிலையில் ஹைதர் அலி வேலுநாச்சியாருக்கு உதவுவதாக உறுதியளித்தார். 1780ல் ஹைதர் அலி ஆற்காடின்மீது படையெடுத்த போது சையத் சாகிபிடமிருந்து சிறு படை அணியைப் பெற்று நவாப்பின் ஆட்சிப் பகுதிகளைக் கைப்பற்ற ஆரம்பித்தனர். அவர்களின் காலடித்தடம் மதுரை நகர எல்லை வரை நீண்டது.

பெரிய மருது, சின்ன மருதுவோடு தானும் ஒரு படைப் பிரிவிற்கு தலைமையேற்ற வேலுநாச்சியார் தன் படைகளை சிவகங்கைச் சீமை நோக்கிச் செலுத்தினார். செய்தியறிந்த நவாப் படைகள் வேலுநாச்சியாரின் படைகள் வரும் வழியிலேயே மடக்கி தாக்குதல்களை நிகழ்த்தின. சின்ன மருதுவின் வளரிக்கும், பெரிய மருதுவின் வேலுக்கும், வேலுநாச்சியாரின் வாளுக்கும் வழி மறித்தவர்கள் இரையாகினர். தடைகளைக் கடந்து காளையார் கோவிலுக்குள் நுழைந்த படைகள் அங்கு தங்களின் வெற்றிக் கொடியை நாட்டியது. சிவகங்கை, திருப்பத்தூர் ஆகிய இரண்டு இடங்களிலும் பெருமளவில் குவிந்துள்ள எதிரிப் படைகளிடம் இருந்து அவ்விரு இடங்களையும் கைப்பற்ற முடிவு செய்த

வேலுநாச்சியார் அதற்காக மொத்தப் படையையும் இரண்டாகப் பிரித்தார். ஒரு பிரிவிற்கு சின்ன மருதுவும், மற்றொரு பிரிவிற்கு வேலுநாச்சியாரும் பொறுப்பேற்றனர். விடிந்தால் விஜய தசமி. அன்று சிவகங்கை கோட்டைக்குள் இருக்கும் ராஜராஜேஸ்வரி அம்மனை வழிபட பெண்களை அனுமதிப்பது வழக்கம். அதை சாதகமாகப் பயன்படுத்திக்கொண்டு சாமி கும்பிட செல்வதைப் போல வேலுநாச்சியாரும், பெண்கள் படையினரும் ஆயுதங்களை மறைத்து எடுத்துக்கொண்டுபோய் கோட்டைக்குள் நுழைந்து தாக்குவது என்றும், அச்சமயத்தில் கோட்டைக்குள் இருக்கும் ஆங்கிலேயப் படைகளுக்கு உதவ வெளியிலிருந்து வரும் ஆற்காடு நவாப் மற்றும் இதரப் படைவீரர்களை வர விடாமல் தடுக்க ஏதுவாக பெரிய மருது வீரர்களோடு சிவகங்கைக் காட்டிற்குள் சென்று பதுங்கி இருப்பது என்றும், அதே நாளில் சின்னமருது தலைமையிலான படை திருப்பத்தூர் கோட்டையைத் தாக்கி கைப்பற்றுவது என்றும் மும்முனைத் தாக்குதலுக்கான திட்டம் வகுக்கப்பட்டது.

திட்டமிட்டபடி சின்னமருதுவின் படைகள் திருப்பத்தூர் நோக்கிப் புறப்பட்டன. பெரிய மருது தன் படைகளுடன் காட்டிற்குள் சென்று பதுங்கி இருந்தார். சிவகங்கை கோட்டைக்குள் நுழைந்த வேலுநாச்சியாரும், அவரது பெண்கள் படையினரும் எதிர்பாராத விதத்தில் திடீர் தாக்குதலை ஆரம்பித்தனர். அவர் படையிலிருந்த பெண் ஒருத்தி தற்கொலை மறத்தியாக மாறி தன்னையே எரித்துக்கொண்டு கோட்டைக்குள் இருந்த ஆயுதக்கிடங்கிற்குள் பாய்ந்தாள். வெளியிலிருந்து வந்த படைகள் கோட்டையை நெருங்க முடியாதபடி பெரியமருதுவின் படைகள் தடுத்து நிறுத்தின. எதுவும் செய்ய முடியாத நிலையில் கோட்டைக்குள் உயிருக்குப் பயந்து அங்குமிங்கும் ஓடிக்கொண்டிருந்த பான்சோர் வேலுநாச்சியாரோடு ஓர் ஒப்பந்தம் செய்துகொண்டு உயிர் தப்பி புதுக்கோட்டை நோக்கி ஓடினான்.

வேலுநாச்சியார் சிவகங்கைச்சீமையின் அரசியானார். அதன்பின் பல்வேறு காரணங்களாலும், உள்நாட்டுக் குழப்பங்களாலும் ஆட்சி வேலுநாச்சியார் கைக்கும், மருது சகோதரர்கள் கைக்குமாக மாறி மாறி வந்துகொண்டிருந்தது. 1800ல் வேலுநாச்சியார் இறந்ததும் மருதுசகோதரர்கள் சிவகங்கைச்சீமையின் நேரடி நிர்வாகத்தை நடத்தினர்.

-8-

தன்னுரிமையை இழந்த நவாப்

ஆற்காடு நவாப்பின் ஆட்சிப் பகுதி விரிவாக்கமும், ஒருங்கிணைப்புக் கொள்கையும் பல எதிர் விளைவுகளை உருவாக்கியது. குறிப்பாக இரண்டாம் மைசூர் போரில் ஹைதர் அலியிடம் மைசூர் வீழ்ந்ததும், அதன் தொடர்ச்சியாக நவாப் மற்றும் கும்பெனியின் ஆளுகையில் இருந்த பகுதிகளில் அவன் பெற்ற வெற்றி பாளையக்காரர்களை நவாப்பிற்கு எதிராகத் திருப்பியது. ஹைதர் அலியின் உதவியோடு சிவகங்கைச் சீமையை மீட்ட வேலுநாச்சியார் மீண்டும் அரியணை ஏறினார்.

இந்நிலையில் திருச்சி சிறையில் அடைக்கப்பட்டிருந்த முத்துராமலிங்க விஜயரகுநாத சேதுபதியின் மாமன், ஆறுமுகம் கோட்டை மாப்பிள்ளை சாமித் தேவர் ஹைதர் அலியின் உதவியோடு நவாப்பிற்கு எதிரான கிளர்ச்சியில் ஈடுபட்டார். நவாப்பின் ஆட்சியில் கொண்டுவரப்பட்ட ஹிஜிரி கணக்கு, பசலி முறை, நடைமுறையில் இருந்த பணங்களுக்கு மாற்றாக கொண்டு வரப்பட்ட ஆற்காடு வெள்ளியிலான பணப் புழக்கம், ஊர்சபைகள் கலைப்பு, தலக்காவல், தேசக்காவல் முறை அகற்றம், நவாப்பின் அடக்குமுறை ஆகியவைகளால் கொந்தளிப்பில் இருந்த மக்களும் எதிர்ப்பைக் காட்டத் துவங்கினர். இதனால் கிளர்ச்சியோடு

மக்களின் புரட்சியும் இணைந்தது. குடும்பங்களை விட்டு காடுகளில் பதுங்கி இருந்த மறவர்கள் ஆயுதங்களோடு தத்தம் கிராமங்களுக்குத் திரும்பினர். கள்ளர்களோடு உடன்பாடு செய்துகொண்டு அரசு நிலங்களை ஆக்கிரமித்தனர். கும்பெனியின் முகாம்களைத் தாக்கி ஆயுதங்களைக் கைப்பற்றினர். ஈட்டிகளையும், வேல் கம்புகளையும்கொண்டு மறவர் பாளைய மக்கள் நிகழ்த்திய கிளர்ச்சியால் மாப்பிள்ளை சாமித் தேவரின் கை ஓங்கியது. சேது நாட்டின் பெரும் பகுதி இவரின் கட்டுப் பாட்டிற்குள் வந்தது.

சிவகங்கையைப்போல சேது சீமையான ராமநாதபுரமும் தன் கையை விட்டுச் சென்றுவிடாமல் இருக்க நவாப் ஒரு திட்டத்தை தீட்டினான். அதன்படி முத்துராமலிங்க விஜயரகுநாத சேதுபதி நவாப்பின் மேலாதிக்கத்தை ஏற்றுக்கொள்வதோடு, ஆண்டு தோறும் ஒரு லட்சம் ரூபாய் செலுத்தவும் ஒப்பந்தமானது. திருச்சி சிறையில் இருந்து சேதுபதி மன்னர் விடுவிக்கப்பட்டு மீண்டும் அரியணை ஏறினார். நவாப் தனக்குரிய பேஷ்குக் தொகையை மாதந்தோறும் பெற கர்னல் மார்டின்ஸை ராமநாதபுரம் கோட்டையில் மன்னரின் தனி அலுவலராக நியமித்தான். நவாப்பிடமிருந்து மீண்டும் சேதுபதி வசம் ராமநாதபுரம் வந்தடைந்தது. இவ்விரு நிகழ்வுகளின் தாக்கம் பிற பாளையங் களிலும் எதிரொலித்தது.

அரியலூர், உடையார் பாளைய மக்கள் கிளர்ச்சியில் ஈடுபட்டனர். உம்தத் உல் உமராவுடன் நடந்த போரில் தரங்கம்பாடிக்குத் தப்பி ஓடிய அவ்விரு பாளையக்காரர்களும் மீண்டும் தங்கள் பாளையங் களுக்கு வந்து மக்களைத் திரட்டி கிளர்ச்சி நடவடிக்கைகளில் இறங்கினர். கர்னல் ராம்ஸேயால் ஒடுக்கப்பட்டிருந்த கள்ளர்கள் மீண்டும் திரண்டு வந்து மதுரைக்குள் ஊடுருவி மேலூர், நத்தம், சிறுகுடி பகுதிகளில் கிளர்ச்சியைத் தூண்டினர். சிவகிரி பாளையக் காரரும், கட்டபொம்மனும் தங்கள் பகுதிகளில் கிளர்ச்சியைத் தூண்டினர். ஸ்ரீவில்லிபுத்தூரை சிவகிரி பாளையக்காரர் கைப்பற்றினார். கட்டபொம்மன் டச்சுக்காரர்கள் உதவியுடன் அரசாங்க நிலங்களை கையகப்படுத்தினார். நவாப்பிற்குப் பதிலாக நாயக்கர் ஆட்சி என்ற கோஷம் மீண்டும் தென் சீமையில் ஒலிக்க ஆரம்பித்தது.

நிலைமை கைமீறிப் போவதை உணர்ந்த கும்பெனி தற்போதைய நிலைமையைச் சமாளிக்கும்படியான நடவடிக்கையை

மேற்கொண்டது. 1781 டிசம்பர் 2ல் ஆற்காடு நவாப்புடன் செய்து கொண்ட ஒப்பந்தம் மூலம் உள்ளாட்சி நிர்வாகத்தை அடுத்த ஐந்து ஆண்டுகளுக்குத் தனது நேரடி கட்டுப்பாட்டிற்குள் கொண்டு வந்தது. இதன் காரணமாக பாளையக்காரர்களின் வரி வசூல் சார்ந்த அனைத்தும் கும்பெனியின் அதிகார எல்லைக்குள் வந்தது.

பாளையக்காரர்களின் கிளர்ச்சியைக் கட்டுப்படுத்துவதற்காக அவர்களையே பாளையங்களின் குத்தகைதாரர்களாக கும்பெனி நியமித்தது. குத்தகைக்கான பணத்தை சம்பந்தப்பட்ட பாளையக் காரர் செலுத்தவேண்டும். அப்படி செலுத்தமுடியாத நிலையில் பாளையம் கும்பெனியின் நேரடிக் கட்டுப்பாட்டில் எடுத்துக் கொள்ளப்படும் என்ற நிபந்தனை விதிக்கப்பட்டது. குத்தகைதாரர் என்ற நவாப்பின் தகுதியை நீக்கியதோடு கைப்பற்றப்பட்ட பாளையப் பகுதிகளையும் மீண்டும் பாளையங்களுக்கே திருப்பித் தந்தது. இதன் மூலம் மைசூருடன் பாளையக்காரர்கள் கொண்டிருக்கும் தொடர்பைத் துண்டிக்க முடியும் என கும்பெனி நினைத்தது. இத்தகைய செயல்பாடுகளின் மூலம் கிளர்ச்சியின் வேகத்தை மட்டுப்படுத்தி வைத்த கும்பெனி, கர்னாடகப் போர் முடிவடைந்ததும் கிளர்ச்சியாளர்கள்மீது ஆயுத நடவடிக்கை எடுத்தது. கிளர்ச்சியாளர்களால் ஆக்கிரமிக்கப்பட்ட சர்க்கார் நிலங்கள் மீட்கப்பட்டு அவர்கள் ஒடுக்கப்பட்டனர். ராணுவச் சாவடிகளையும், கண்காணிப்பு நிலைகளையும் அமைத்து பாளையக்காரர்கள் கண்காணிக்கப்பட்டதோடு கும்பெனிக்கு எதிரான அவர்களின் கிளர்ச்சிகளும் அடக்கப்பட்டன. அதேநேரம், பாளையக்காரர்களின் உரிமைகளில் கும்பெனி அதிகம் தலையிடவில்லை.

சிவகங்கை பாளைய விவகாரம்

1785ல் மைசூர் போர் முடிவடைந்ததும் 1781ல் கும்பெனியுடன் செய்துகொண்ட ஒப்பந்தத்தை ஆற்காடு நவாப் கடுமையாக முயன்று திரும்பப் பெற வைத்தான். தனக்கான உரிமையைப் போராடி மீட்ட நவாப், பாளையங்களைத் தன் கட்டுப்பாட்டிற்குள் கொண்டுவருவதில் தீவிரம் காட்டினான். ராமநாதபுரம், சிவகங்கைச் சீமையின் வரிகளைக் கடுமையாக உயர்த்தினான். ஏற்க மறுத்தால் ராணுவ நடவடிக்கை நிச்சயம் என எச்சரித்தான். பாளையங்கள்மீது கும்பெனி ஆயுத நடவடிக்கைகளை எடுத்த போதும் யார் நிர்வாகம் செய்வது? என்பதில் நவாப்பிற்கும், கும்பெனிக்கும் இடையே கருத்து வேறுபாடு நிலவி வந்தது.

இருவரும் தத்தம் உரிமைகளுக்காக பாளையங்களின் உள் விவகாரங்களில் தலையிட ஆரம்பித்தனர்.

சிவகங்கைச் சீமையில் அரசுரிமையை நிலைநாட்டுவதில் வேலுநாச்சியாருக்கும், பிரதானியான மருது சகோதரர்களுக்கும் கடும் மோதல் உருவானது. இதனால் அப்பாளைய மக்கள் இரண்டு பிரிவாகப் பிரிந்து நின்றனர். இந்த விஷயத்தில் உதவுவதாகக் கூறி ஆற்காடு நவாப் வேலுநாச்சியாருடன் ஓர் ஒப்பந்தத்தைச் செய்துகொண்டான். ஆனால், நவாப் நினைத்ததற்கு மாறாக இந்த விவகாரம் திசை திரும்பியது. வேலுநாச்சியார் மருது சகோதரர்களிடம் பாதுகாப்புத் தேடி அவர்களின் கட்டுப்பாடிற்குள் செல்ல நேர்ந்தது. அவரை மீட்பதற்காக வந்த நவாப் படைகளை மருதுசகோதரர்களின் படைகள் தாக்கிச் சிதறடித்தன. இதனால் அவர்களை எதிர்க்க ராணுவ உதவி கேட்டு 1789 மார்ச் 10ல் நவாப் கும்பெனிக்கு கடிதம் எழுதினான். அவனின் கோரிக்கையை கும்பெனி ஏற்று படைகளை அனுப்பியது.

1789 ஏப்ரல் 29ல் ஸ்டூவர்ட் தலைமையில் வந்த கும்பெனிப் படைகள் புதுக்கோட்டை தொண்டைமானின் படைகளோடு இணைந்து கல்லங்குடியைத் தாக்கி கைப்பற்றியது. கடுமையான தாக்குதல்களைச் சமாளித்து முன்னேறி வந்த கும்பெனிப்படைகள் கிளர்ச்சியாளர்களின் காவல் கொத்தளங்களைக் கைப்பற்றினர். தஞ்சை, திருச்சியில் இருந்து கூடுதல் படைகள் வந்துசேர்ந்ததும் அடர் காடுகள் அரணாய் காத்து நின்ற காளையார்கோவிலை ஸ்டூவர்ட் தாக்க ஆரம்பித்தான்.

வெற்றியின் வேகத்தோடு தொடர்ந்து முன்னேறிச் செல்ல முனைந்த கும்பெனிப் படைகளுக்கு காளையார்கோவிலின் அடர்ந்த காடுகள் தடையாக நின்றன. தடைகளைத் தாண்டியவர்கள் முண்டங்களாக சரிந்தனர். எங்கே சரித்திரம் மாறிவிடுமோ? எனப் பயந்த ஆங்கிலேயர்கள் சிறுவயல் காட்டை அழித்து காளையார்கோவிலுக்குப் பாதை அமைக்க முடிவு செய்தனர். புதுக்கோட்டை தொண்டைமானால் அனுப்பி வைக்கப் பட்ட இரண்டாயிரம் கூலிப்படை வீரர்களைக்கொண்டு அதற்கான வேலைகள் துப்பாக்கி ஏந்திய வீரர்களின் பாதுகாப்போடு ஆரம்பிக்கப்பட்டது.

ஆனால் பலமான பாதுகாப்பிற்கிடையிலும் பீனிக்ஸ் பறவையைப் போன்று காடுகளுக்குள் இருந்து கிளம்பி வந்த மருதுவின்

ஆதரவாளர்கள் திடீர் தாக்குதல்களை நடத்திவிட்டு வந்த சுவடு தெரியாமலே தலைமறைவாகி விடுவதைக் கண்ட கூலிப்படைகள் நம்பிக்கையற்று நின்றன. தினம் தினம் செத்துப் பிழைத்துக் கொண்டிருந்தன. ஏறக்குறைய ஒரு மாதகாலம் போராடி சரியான உணவில்லாமலும், வெளியுலகத் தொடர்பில்லாமலும் குறிப்பிட்ட தொலைவிற்கு உருவாக்கப்பட்ட பாதை வழியாக கும்பெனிப்படை காளையார் கோவிலைக் கைப்பற்றியது. மருதுசகோதரர்களும், அவரின் ஆதரவாளர்களும் காடுகளுக்குள் சென்று பதுங்கினர். தொடர்ந்து வந்த கும்பெனிப் படைகளால் அவர்கள் மைசூர் அரசின் பகுதிகளுக்குள் விரட்டப்பட்ட னர். வேலு நாச்சியாருக்கு ஆதரவான நிலையை உருவாக்கி சிவகங்கைச் சீமையில் அமைதியை ஏற்படுத்திய பின் முகாமிட்டிருந்த கும்பெனிப் படைகளும், நவாப் படைகளும் திருச்சிக்கும், மதுரைக்கும் திரும்பின. அதுவரை அமைதி காத்து வந்த மருது சகோதரர்கள் தங்கள் வீரர்களுடன் 1789 நவம்பரில் சிவகங்கையை மீண்டும் கைப்பற்றினர்.

ராமநாதபுரம் - சிவகங்கை பாளையங்களின் மோதல்

சிவகங்கையின் மருது சகோதரர்களுக்கும், ராமநாதபுரம் சேதுபதி மன்னர் முத்துராமலிங்க விஜய ரகுநாத சேதுபதிக்கும் இடையே ஆரம்பம் முதலே பகைமை இருந்து வந்தது. திருச்சி சிறையில் இருந்து விடுவிக்கப்பட்டு நவாப்பினால் மீண்டும் அரியணை ஏறியிருந்த சேதுபதி மன்னர் தனது சீமையை விரிவாக்கிக் கொள்ள விரும்பினார். தனது விருப்பத்தை நவாப்பிடம் தெரிவித்தார். ஆண்டு வரியாக ஒன்றரை லட்சம் ரூபாய் தரவும், இரு சீமைகளையும் தனது நிர்வாகத்தின் கீழ் கொண்டுவருவதற்கான அங்கீகாரத்தையும் கேட்டார். நவாப் அதற்கு இணங்கினாலும் கும்பெனி உடன்படவில்லை. காரணம் ஹைதர் அலி ஆங்கிலேயர்களுக்கு எதிராகவும், மருதுசகோதரர்களுக்கு ஆதரவாகவும் இருந்ததால் சிவகங்கைச் சீமைப்பகுதியில் எந்த அரசியல் மாற்றத்தையும் செய்ய அவர்கள் விரும்பவில்லை.

முதல் முயற்சிக்கு முட்டுக்கட்டை விழுந்த நிலையில் வேலுநாச்சியாரின் மகள் வெள்ளச்சியை ராமநாதபுரம் சேதுபதி மன்னர் திருமணம் செய்துகொள்ள விரும்பினார். திருமணமான மன்னர் இப்பொழுது இளவரசி வெள்ளைச்சியை திருமணம் செய்துகொள்ள முனைவதற்கான காரணத்தை மருதுசகோதரர்கள்

புரிந்துகொண்டனர். தங்களுக்கு எதிராக சேதுபதி மன்னர் செய்யும் சூழ்ச்சி என நினைத்தவர்கள் அந்த முயற்சியையும் முறியடித்தனர். அத்துடன் படமாத்தூர் கௌரி வல்லப தேவர் என்ற அரச வழியினரை மணம் செய்யவிடாது குழப்பம் விளைவித்தனர். இதனை அறிந்த கும்பெனியார் மருதுசகோதரர்களை எச்சரித்தனர். வெள்ளச்சி தனது சகோதரி மகன் உடையத் தேவரை மணந்துகொண்டார்.

தான் நினைத்தது நடக்காத நிலையில் மருதுசகோதரர்களின்மீது ராமநாதபுரம் சேதுபதி மன்னர் கோபம்கொண்டார். திருநெல் வேலிக்கும், சோழ வளநாட்டுக்கும் இடையேயான போக்கு வரத்துப் பாதையில் மாற்றங்களைச் செய்தார். இதனால் பட்டநல்லூர் சுங்கச்சாவடி மூலம் கிடைத்த வருவாய் சிவகங்கை அரசுக்குக் கிடைக்காமல் போனதால் பெரும் வருவாய் இழப்பை சிவகங்கைச் சீமை சந்திக்க நேர்ந்தது. பிரதானிகள் இந்தப் பிரச்னையை நவாப்பின் கவனத்திற்குக் கொண்டுசென்றனர். கும்பெனியிடமும் புகார் செய்தனர். ஆனால் எந்த நடவடிக்கையும் எடுக்கப்படவில்லை. பதிலடியாக சிவகங்கையில் இருந்து ராமநாதபுரம் செல்லும் ஆற்றுப் பாசன வழியை மருதுசகோதரர்கள் அடைத்தனர்.

நூற்றுக்கணக்கான கண்மாய்கள் அவ்வாற்றுப் பாசனம் மூலம் பயன் பெற்று விவசாயத்திற்கு உதவி வந்த நிலையில் மருது சகோதரர்களின் இந்த நடவடிக்கை இரு சீமைகளுக்குமான பிணக்கை ஆரம்பித்து வைத்தது. தகவலறிந்த சேதுபதி மன்னர் குண்டாற்றின் குறுக்கே ஏற்படுத்தப்பட்டிருந்த அந்தத் தடைகளை நீக்கினார். உடனே அபிராமம் கண்மாய்க்கு வருகின்ற வரத்துக் கால்வாய்களை மருதுசகோதரர்கள் அடைக்க அதையும் சேதுபதி மன்னர் தனது வீரர்களுடன் சென்று அங்கு போடப்பட்டிருந்த தடுப்புகளை அகற்றினார்.

ராமநாதபுரம் எல்லைப் பகுதி ஒன்றில் விளைந்த விளைச்சலை அறுவடை செய்து எடுத்து வரும்போது சிவகங்கைச் சீமையைச் சேர்ந்தவர்கள் அந்த நிலம் தங்களுடைய சீமைக்கு உரியது எனக் கூறி மகசூலைப் பறித்துச் சென்றனர். இதற்கு எதிர் நடவடிக்கையாக ராமநாதபுரம் ஆட்கள் அன்றிரவே அந்த கிராமத்தைச் சூறையாடினர். இதேபோன்றதொரு நிகழ்வு தொண்டியை அடுத்த சோழியக்குடி கிராமத்திலும் நிகழ்ந்தது.

இப்படியான தொடர் நிகழ்வுகளால் இரு தரப்பிற்கும் மோதல் உருவாகும் சூழல் ஏற்பட்டது. கலெக்டர் மாக்லாயிடு சென்னைக்கு அனுப்பிய கடிதத்தில், 'கடந்த 12ம் தேதி காலையில் ராமநாதபுரம் பேட்டை வழியாகச் சென்றுகொண்டிருந்தேன். அப்பொழுது சத்திரத்தில் எண்பதுக்கும் அதிகமான போர் வீரர்கள் இருந்தனர். அவர்களை விசாரித்தபோது திருவாங்கூர் மன்னரது பணியில் உள்ள அவர்கள் ராமநாதபுரம் மன்னரின் உதவிக்கு வந்திருப்பதாகத் தெரிவித்தனர்' என்றும், திருநெல்வேலி சீமைக்கும், மருது சகோதரர்களுக்கும் உறவு இருந்து வரும் நிலையில் 'நெல்லைச் சீமைப் பாளையக்காரர்கள் அடிக்கடி ஏராளமான வீரர்களை இங்கு அனுப்பி ஒத்துழைப்புக் கொடுப்பது தெரிய வருகிறது. சிவகிரிப் பாளையக்காரரின் மைத்துனரை இங்கு சந்தித்தேன். அப்பொழுது அங்கு இன்னும் சில வீரர்கள் இருந்தனர்' என்றும் அவர் எழுதிய கடிதங்களில் இருந்து தத்தமது பாளையங்களுக்கு நெருக்கமான பாளையக்காரர்களைத் தங்களோடு இணைத்துக்கொண்டு சேதுபதி மன்னரும், மருதுசகோதரர்களும் மோதலுக்குத் தயாராகினர் என்பது தெரிய வருகிறது.

பகை உணர்ச்சி அதிகமானதில் இரு சீமையின் படை வீரர்களும் ஆனந்தூரில் மோதிக்கொண்டனர். ராமநாதபுரம் சேதுபதி மன்னருக்கு ஆதரவாக நின்ற மேலூர் பகுதி கள்ளர்கள், திருப்புவனம் பகுதிகளைக் கொள்ளையிட்டதோடு 258 நபர்களைக் கொன்றனர். மருதுசகோதரர்களில் மூத்தவரான பெரியமருதுவின் புதல்வர்களில் ஒருவர் களப்பலியானார். இதனால் ஆத்திரமடைந்த பெரியமருது ராமநாதபுரம் சீமை வீரர்களைப் பின் தொடர்ந்து வந்து பரமக்குடியில் புகுந்து 700 பேரைக் கொன்றார். இதுபற்றி 22.06.1794ல் கலெக்டர் மாக்லாயிட் சென்னைக்கு எழுதிய கடிதத்தில், 'நெட்டூர் நிகழ்ச்சியின் தொடர்பாக வெள்ளைமருது நடத்திய தாக்குதலின் விளைவு இது. தனது இரண்டாவது மகன் கொல்லப்பட்டு மற்ற இரு மக்களும் படுகாயம் உற்றதினால் சீற்றம்கொண்ட வெள்ளை மருதுவின் செயல் என்பதைப் பலரும் சொல்கின்றனர்' எனக் குறிப்பிட்டார்.

கலெக்டர் மாக்லாயிடு மெட்ராஸ் ஆங்கிலேய கௌன்சிலுக்கு எழுதிய கடிதம் வாயிலாகவும், அவரையடுத்து வந்த கலெக்டர் பௌனி மேலிடத்திற்கு எழுதிய கடிதம் மூலமும் சூழ்நிலையின் தீவிரத்தை உணர்ந்த கும்பெனியும், ஆற்காடு நவாப்பும் இப்பிரச்னையில் தலையிட்டனர். கும்பெனியின் வரிவசூல்

கலெக்டரான லேண்டன் இருவரையும் போரை நிறுத்த வேண்டுகோள்விடுத்தார். மருதுசகோதரர்கள் தங்கள் எல்லைக்குள் வீரர்களைத் திரும்ப அழைத்துக்கொள்ள சம்மதித்தனர். ஆனால் ராமநாதபுரம் சேதுபதி மன்னர் அதை ஏற்கவில்லை. நவாப் எச்சரிக்கை செய்ததையடுத்து படைகளை அழைத்துக்கொண்டார்.

சேதுபதி மன்னருக்கும், கும்பெனிக்குமான உரசல்

ஒரு பக்கம் சேதுபதி மன்னருக்கும், மருது சகோதரர்களுக்குமான உரசல் நிகழ்ந்துகொண்டிருக்க இன்னொரு பக்கம் சேதுபதி மன்னருக்கும், கும்பெனிக்கும் சில விவகாரங்களில் நேரடி உரசல் ஆரம்பமானது. 1794ல் சேது நாடான மறவர் சீமையில் கடும் வறட்சி ஏற்பட்டது. அதைப் பயன்படுத்தி ஆங்கிலேயர்கள் தானிய விற்பனை செய்ய முன் வந்தனர். அதற்காகச் சுங்கவரி விலக்கு கோரினர். சிவகங்கைச்சீமை இந்தக் கோரிக்கையை ஏற்றது. சேதுபதி மன்னர் ஏற்க மறுத்துவிட்டார். அதேபோல, ராமநாதபுரத்தில் உற்பத்தியாகும் கைத்தறித்துணிகளை பிரெஞ்சுக் காரர்களும், டச்சுக்காரர்களும் அதிக அளவில் கொள்முதல் செய்துவந்தனர்.

தமிழகத்தில் இருந்து கைத்தறித் துணிகளை வாங்கி ஏற்றுமதி செய்துவந்த கும்பெனி தன் கவனத்தை சேது சீமையில் உற்பத்தியாகும் கைத்தறித்துணிகள்மீது திரும்பியது. அவைகளைக் கொள்முதல் செய்யும் ஏகபோக உரிமையைக் கேட்டு கலெக்டர் லாண்டன் மூலம் சேதுபதி மன்னருக்குத் தகவல் அனுப்பியது. அதையும் ஏற்க மன்னர் மறுத்து விட்டார். இவ்விரு கோரிக்கைகளும் மறுக்கப்பட்ட நிலையில் தூத்துக்குடி துறைமுகத்தில் இருந்து மிளகு, கைத்தறித்துணிகள், சரக்குப் பொருள்களை ஏற்றி பாம்பன் துறைமுகத்தின் வழியாக சென்னை துறைமுகத்துக்கு கும்பெனி அனுப்பி வந்தது. அப்படி பாம்பன் துறைமுகம் வழியாகச் செல்லும் தங்களது கப்பல்களுக்கு முன்னுரிமையும், சுங்கச்சலுகைகளையும் கும்பெனி கோரியபோது அதையும் சேதுபதி மன்னர் நிராகரித்தார்.

இந்தச் சூழ்நிலையில் சிவகங்கைச் சீமைக்கும், சேது சீமைக்கும் இடையே ஏற்பட்ட பூசல்கள் சம்பந்தமாக சமரசம் செய்து வைப்பதற்காக தொண்டிக்கு அருகில் உள்ள முத்துராமலிங்கப் பட்டிணம் சத்திரத்தில் ஆஜராகுமாறு கலெக்டர் பௌனி சம்மன் அனுப்பினான். சேதுபதி மன்னர் அந்த விசாரணைக்குச்

செல்லவில்லை. இதனால் ஆங்கிலேய நிர்வாகத்திற்கு சேதுபதியின் மீதான கோபம் அதிகமானது. இதன் தொடர்ச்சியாக 1794 மே மாதத்தில் ஆற்காடு நவாப் கவர்னர் ஒக்லிக்கு கடிதம் ஒன்றை எழுதினான். அதில் சேதுபதி மன்னர் மக்களைக் கொடுமைப்படுத்துகிறார் என்றும், சர்க்காரை மதிப்பதில்லை என்றும் குற்றஞ்சாட்டி இருந்ததோடு பதவியிலிருந்து நீக்க ராணுவ உதவிகளையும் கேட்டிருந்தான்.

நவாப்பின் குற்றச்சாட்டுகளை உறுதி செய்யும் விதமாக 1794 ஆகஸ்ட் 24ல் சேதுபதி மன்னரின் சகோதரி மங்களேஸ்வரி நாச்சியார் தன்னை முத்துராமலிங்க விஜயரகுநாத சேதுபதி கொடுமைப்படுத்துவதாகவும், மக்களை ஒடுக்கி நாட்டை வறுமை நிலைக்குக் கொண்டுசெல்வதாகவும் குற்றஞ்சாட்டி மெட்ராஸ் நிர்வாகக் கவுன்சிலுக்குக் கடிதம் எழுதி இருந்தார். அந்தக் கடிதத்தோடு சேதுபதி மன்னர் தன் சீமையில் வணிகம் செய்து கொண்டிருந்த டச்சுக்காரர்களுடன் இணைந்து ராமநாதபுரத்திற்குக் கிழக்கே காட்டுப்பகுதியில் பீரங்கி செய்யும் தொழிற்சாலை ஒன்றை நிறுவியது குறித்து நவாப்பிற்கும், ஆங்கிலேய கவர்னருக்கும் தளபதி மார்டின்ஸ் எழுதிய ரகசிய கடிதமும் நிர்வாகக் கவுன்சிலுக்குக் கிடைத்தது. இவைகளின் அடிப் படையில் ராமநாதபுரத்திற்கு எதிரான ராணுவ நடவடிக்கையை எடுக்க கும்பெனி ஆயத்தமானது.

சேதுபதி மன்னரின் ஆயுதக்கிடங்கு, வெடிமருந்து இருப்பு, போர்வீரர்களின் எண்ணிக்கை, ஒரே நேரத்தில் பத்தாயிரத்திற்கும் மேற்பட்ட வீரர்களைத் திரட்டும் சேதுபதியின் வல்லமை ஆகியவைகளைக் கணக்கில்கொண்டு தங்களுடைய திட்டங்களை ஆங்கிலேயர்கள் வகுத்தனர். அச்சமயத்தில் சீமையில் கடும் வறட்சி நிலவியதால் அந்தத் திட்டத்தை ஒத்தி வைத்தனர்.

1795 பிப்ரவரி 8ல் ஒத்தி வைத்த திட்டத்தை செயல்படுத்த முடிவு செய்தனர். பாளையங்கோட்டை, கயத்தாறு பகுதிகளில் இருந்து புறப்பட்ட கும்பெனிப் படைகள் மேஜர் ஸ்டீபன்சன் தலைமையில் ராமநாதபுரம் கோட்டைக்குள் நுழைந்தன. கோட்டையின் பொறுப்பானது தளபதி மார்டின்ஸ் வசம் இருந்ததால் எளிதாக எதிர்ப்பின்றி அரண்மனையைச் சுற்றி வளைத்த படைகள் சேதுபதி மன்னரை இரண்டாம் முறையாகக் கைது செய்தன. திருச்சி கோட்டையில் மன்னர் மீண்டும் சிறை வைக்கப்பட்டார்.

ராமநாதபுரம் சீமையைத் தங்களின் நேரடி பார்வைக்குள் கொண்டு வந்த கும்பெனி நிர்வாகச் சீர்திருத்தங்களை மேற்கொண்டது. பாளையத்தில் இருந்த துருப்புகள் ஒருங்கிணைக்கப்பட்டு முறையான ராணுவமாக மாற்றப்பட்டன. அவர்களுக்கு கும்பெனி ஊதியம் வழங்கியது. சுங்க வரிகளும், இதர வரிகளும் குறைக்கப் பட்டதோடு கூடுதல் தண்டத் தொகைகளும் நீக்கப்பட்டன. கிராம அமைப்புகள் உருவாக்கப்பட்டன. வரி நிர்வாகம் சீர் செய்யப் பட்டது. இவைகளைக் கண்காணிக்கவும், முறையாக ஒழுங்கு படுத்தவும் தனி கலெக்டர் நியமிக்கப்பட்டார். தமிழகப் பாளையங்கள் முழுக்க இப்படியான நிர்வாகச் சீரமைப்பை உருவாக்க நினைத்திருந்த கும்பெனி அதற்கான முன்னோட்டமாக ராமநாதபுரம் சீமையில் அதை செயல்படுத்திப் பார்த்தது.

நவாப் முகமதுஅலி இறந்த பின் அரியணை ஏறியிருந்த அவன் மகன் உம்தத் உல் உமரா கும்பெனியின் இந்த நடவடிக்கைகளை ஏற்க மறுத்ததோடு ராமநாதபுரத்தைத் தன்னிடம் தந்துவிடுமாறு கோரினான். ஆனால் கும்பெனி இதை ஒப்புக்கொள்ளவில்லை.

சேதுபதியின் தங்கை மங்களேஸ்வரி நாச்சியார் கும்பெனியிடம் தன்னை சேதுநாட்டு வாரிசு எனக் கூறி ஆட்சியுரிமை கோரினார். பெருந்தொகையை கையூட்டாகக் கொடுத்து அந்த உரிமையைப் பெறமுயன்றார்.

அதே நேரம், சேதுபதி மன்னர் சிறை வைக்கப்பட்டதால் ராஜ விசுவாசிகள் தொடர்ந்து கிளர்ச்சிகளில் ஈடுபட்டு வந்தனர். குறிப்பாக சித்திரங்குடி மயிலப்பன் தலைமையிலான கிளர்ச்சி யாளர்களால் தொடர்ந்து இடையூறுகளும், குழப்பங்களும் ஏற்பட்டபடியே இருந்தன.

இதனால் ராமநாதபுரம் சீமையில் ஒரு பாரம்பரிய ஆட்சி முறையை அமல்படுத்த வேண்டியதன் அவசியம் குறித்து கலெக்டர் லூசிங்டன் கும்பெனித் தலைமையை வற்புறுத்தி வந்தார். அதனால் சேதுபதியின் அடுத்த வாரிசாக மங்களேஸ்வரி நாச்சியாரை அங்கீகரிக்க கும்பெனி முடிவு செய்தது. இதற்கும் உம்தத் உல் உம்ரா கடும் எதிர்ப்பைத் தெரிவித்தான். வாரிசுரிமையை நிர்ணயிக்கும் அதிகாரம் கும்பெனிக்கு இல்லை என வாதிட்டான்.

ஆண்டுக்கு ஏழு லட்சம் வருவாய் தரும் சீமையை எட்டாண்டுகள் கும்பெனி தன் வசம் வைத்திருந்தது.

சிவகிரி பாளைய விவகாரம்

மூன்றாவது மைசூர் போருக்காக நெல்லைச்சீமையில் இருந்த படைகளை கும்பெனி விலக்கிக்கொண்டதையடுத்து மறை விடங்களில் இருந்து வெளியேறிய பாளையக்காரர்கள் வரிதர மறுத்ததோடு சர்க்காருக்குச் சொந்தமான நிலப்பகுதிகளையும் ஆக்கிரமித்தனர். கர்னாடகப் போரை மனதில்கொண்டு கும்பெனி ராணுவ நடவடிக்கைகள் ஏதும் எடுக்காமல் அமைதி காத்தது. இந்தச் சூழ்நிலையைத் தனக்குச் சாதகமாக்கிக்கொள்ள நினைத்த சிவகிரி பாளையக்காரர் தனது பகுதிகளை விரிவாக்கம் செய்து கொள்ளவும், பலத்தை பெருக்கிக் கொள்ளவும் விரும்பினார். பூலித் தேவரின் பாளையத்தையும், தொம்பச்சி நாயக்கர் பாளையத்தையும் இணைத்துக்கொண்டவர் சேத்தூர் பாளையம்மீது படையெடுத்தார்.

மே மாதத்தில் தனது 2000 வீரர்களுடன் சேத்தூர் பாளையம்மீது படையெடுத்த சிவகிரி பாளையக்காரர் சேத்தூரின் இளம் பாளையக்காரரைக் கொன்றதோடு அவரின் ஒன்றுவிட்ட சகோதரனை சேத்தூரின் அடுத்த வாரிசாகவும் நியமித்தார். வரிவசூல் கலெக்டரான டோரின் சிவகிரி பாளையக்காரர் வரகுணரிடம் அவரின் செயலுக்கு விளக்கம் கோரி ஆள் அனுப்பியபோது அவர் வர மறுத்துவிட்டார். இதனால் சிவகிரிமீது ராணுவ நடவடிக்கை எடுக்க கும்பெனி ஆணையிட்டது. 1792 மே 10ல் மாக்ஸ்வெல் தலைமையிலான படைகள் சிவகிரிமீது படையெடுத்தன. தாக்குதல் கடுமையாக இருந்ததால் சிவகிரி பாளையப் படையினர் அங்கிருந்து விலகி தொடர் மலைகளில் ஏறிப் பதுங்கினர். ஆயினும் தொடர்ந்து வந்த மாக்ஸ்வெல் படையின் ஒரு பிரிவால் சிவகிரி பாளையக்காரர் கைது செய்யப்பட்டார்.

விசாரணை துவங்கியது. சேத்தூர் பாளையக்காரரைக் கொன்றது, கலெக்டரின் உத்தரவுக்குக் கீழ்ப்படியாமல் அவர் அழைத்தும் வரமறுத்தது என்ற இரு குற்றச்சாட்டுகள் சுமத்தப்பட்டன. விசாரணை முடிவில் சேத்தூர் பாளையக்காரரைக் கொன்ற குற்றச்சாட்டில் இருந்து சிவகிரி பாளையக்காரர் விடுவிக்கப் பட்டார். ஆனால் கலெக்டரின் உத்தரவுக்குக் கீழ்படியாததை அரசுக்கு எதிரான நடவடிக்கையாகக் கூறி சிவகிரி பாளையத்தை கும்பெனி கையகப்படுத்தியது.

சென்னை நிர்வாகக்குழுவின் இந்த முடிவை நவாப் ஏற்க மறுத்ததோடு இறையாண்மை கொள்கைப்படி தன்னிடமே பாளையம் திருப்பித் தரப்பட வேண்டுமென கோரினான். நிலைமை சீரானவுடன் மீண்டும் திரும்ப ஒப்படைக்கப்படும் என்ற ஒப்பந்தத்தைச் செய்து அப்போதைக்கு நவாப்பை கும்பெனி சமாதானப்படுத்தியது. ஆனால், அப்போதைய கவர்னர் கார்ன் வாலிஸ் ஒப்பந்தத்தை மீறி பாளையத்தை மீண்டும் சிவகிரியாரிடமே ஒப்படைக்க உத்தரவிட்டான். இதனால் பாளையம் நவாப்பின் கையில் இருந்து நழுவியது.

சூழ்நிலை மற்றும் தேவைக்கேற்ப செய்துகொள்ளப்பட்ட ஒப்பந்தங்கள், பாளையங்களின் உள் விவகாரங்களில் தலையிடுதல், அந்நிய படைகளின் ஆக்கிரமிப்பைக் கட்டுப் படுத்துவதற்கான சமரச உடன்படிக்கைகள், வரிவசூல் அதிகாரங்கள், ராணுவ உதவி வழங்குதல் ஆகியவைகளின் மூலம் நவாப்பின் பிரதான பாளையங்களை கும்பெனி தன் கட்டுப்பாட்டிற்குள் கொண்டுவந்தது. பாளையக்காரர்கள் சுயம் சார்ந்தவர்களாக மாறிப் போனதால் ஏற்பட்ட வெறுப்புணர்ச் சியாலும், நவாப்பின் அதிகார அடக்கு முறையாலும் மிகுந்த துன்பங்களுக்கு ஆளாகி இருந்த மக்கள் அன்றைய சூழ்நிலையில் ஆங்கிலேய ஏகாதிபத்தியத்தின் கீழ் அடங்குவதற்கும் தயாராகவே இருந்தனர் என்பதுதான் உண்மை.

-9-

மீண்டும் ஒலித்த குரல்

திப்புசுல்தானுடன் செய்துகொண்ட ஸ்ரீரங்கப்பட்டிணம் உடன்படிக்கை, ஆற்காடு நவாபுடன் செய்துகொண்ட கர்னாடக உடன்படிக்கை இரண்டும் ஆங்கிலேயர்களின் கையை ஓங்கச் செய்தன. மைசூரில் இருந்து திண்டுக்கல் பிரிக்கப்பட்டதும் அப்பகுதியின் அனைத்துப் பாளையங்களும் கும்பெனியின் கீழ் வந்தன. நவாப்புடனான ஒப்பந்தம் வரிவசூல் உரிமையையும், தமிழகப் பாளையங்களின் உள் விவகாரங்களில் தலையிடும் அதிகாரத்தையும் தங்களுக்கு வழங்கியிருந் ததைப் பயன்படுத்திக் கொண்டு ஆங்கிலேயர்கள் பாளையத் தலைவர்களையும், அவர்களின் பாளைய எல்லைகளையும் மாற்றியமைக்கும் வேலையையும் சேர்த்தே செய்தனர். இதனால் பாளையங்களுக் கிடையே சச்சரவுகளும், சண்டைகளும் உருவாகின. சில இடங்களில் அவை ஆயுதத் தாக்குதல்களாகவும் மாறின.

இந்த ஒற்றுமையின்மை கும்பெனிக்கு பெரும் வசதியானது. பாளையங்களைத் தங்களின் கட்டுப்பாட்டிற்குள் கொண்டுவரக் காட்டிய வேகத்திற்கு சற்றும் குறையாத வகையில் பாளையக் காரர்களின் அதிகாரங்களையும், செல்வாக்கையும் மட்டுப்படுத்தி வைப்பதிலும் ஆங்கிலேயர்கள் தீவிரம் காட்டினர். நான்காம்

மைசூர் போர் கொடுத்த வெற்றி, பாளையங்கள் மீதான செயல்பாடுகளில் கும்பெனி ஒரு தீர்க்கமான முடிவை எடுக்க வழிவகுத்தது. அதேபோல மைசூரை நம்பி இருந்த பாளையக் காரர்களையும் ஒரு முடிவுக்கு வரச் செய்தது. தனித்து விடப்பட்ட அவர்கள் மற்ற பாளையக்காரர்களோடு இணைந்து கும்பெனியை எதிர்க்க வேண்டிய கட்டாயத்துக்குத் தள்ளப்பட்டனர். இந்த எதிர்ப்பின் குரல் திருநெல்வேலிச் சீமையில் வீரபாண்டிய கட்டபொம்மன் மூலம் மீண்டும் ஒலிக்க ஆரம்பித்தது.

திருநெல்வேலி சீமையில் ஆங்கிலேயருக்கும், ஆற்காடு நவாப்புக்கும் அஞ்சி வரியாகப் பணமும், பொருளும், பிணைக் கைதிகளும் கொடுத்து பாஞ்சாலங்குறிச்சி பாளையத்தை ஆட்சி செய்து வந்த பொல்லாப் பாண்டிய கட்டபொம்மன் வம்சத்தில் வந்த ஜகவீர பாண்டியன், ஆறுமுகத்தம்மாள் தம்பதிக்கு மகனாக 1760ல் வீரபாண்டிய கட்டபொம்மன் பிறந்தான். அவனுடைய இரு தம்பியருள் குமாரசாமி நன்றாகப் பேசும் திறனற்று இருந்ததால் 'ஊமைத்துரை' என்றழைக்கப்பட்டான். வாய்தான் செம்மையாக பேச வரவில்லையேயொழிய அவனுடைய வாள்வீரமும், நெஞ்சுறுதியும் எதிரிகளுக்கு எதிர் நிற்கும் வீரத்திற்கு சற்றும் குறைவின்றி அமைந்திருந்தது.

1790 ம் ஆண்டு தன் முப்பதாவது வயதில் வீரபாண்டிய கட்டபொம்மன் பாஞ்சாலங்குறிச்சியின் ஆட்சிப் பொறுப்பை ஏற்றார். ஆரம்ப நாட்களில் ஆங்கிலேய ஆட்சியை எதிர்த்து நின்ற பாளையக்காரர் வரிசையில், வீரபாண்டிய கட்டபொம்மன் அத்தனை மூர்க்கமாக, தனக்கு முந்தைய பாளையக்காரர்களைப் போல எதிர்த்து நிற்கவில்லை. கும்பெனியிடம் ஒரு சமரச போக்கையே கையாண்டார். வரி தரமாட்டேன் என வீம்பு செய்யவில்லை. இதில் வரலாற்றாய்வாளர்களிடையே மாறுபட்ட கருத்துக்கள் இருக்கின்றன. தமிழ்வாணன் கட்டபொம்மனை பாளையக்காரராகவே ஏற்க மறுக்கிறார். அவ்வாறே கட்டபொம்ம னின் திரைப்பட வசன வரியான, 'வானம் பொழிகிறது; பூமி விளைகிறது; உனக்கு ஏன் தர வேண்டும் வரி' என்ற முழக்கம் குறித்தும் எந்த வரலாற்றுச் சான்றுகளும் இல்லை என்கின்றனர் பேராசிரியர் கே. இராஜய்யன் உள்ளிட்ட வரலாற்றாசிரியர்கள்.

தன் பாளையத்திற்கான வரியைக் கட்ட கட்டபொம்மன் தவணை கேட்டான் என்பதே வரலாறு தரும் செய்தி. பெரும்பாலான

வரலாற்றாய்வாளர்களின் ஏற்புடைய கூற்றாகவும் இது இருக்கிறது. 1.09.1790ல் பெஞ்சமின் டோடின் திருநெல்வேலி, மதுரை, சிவகங்கை, ராமநாதபுரம் பாளையங்களுக்கு வரிவசூல் செய்யும் கலெக்டராக நியமிக்கப்பட்டான். அவனின் ஆலோசனைப்படி வரிவசூலுக்காக படைகளுடன் பாளையங் களுக்குள் புகுந்த மாக்ஸ்வெல், திருநெல்வேலி பகுதி பாளையங்களுடன் செய்துகொண்ட ஒப்பந்தம் காரணமாக பெஞ்சமின் டோரினுக்கும், மாக்ஸ்வெல்லுக்கும் இடையே முரண்பாடு ஏற்பட்டது. டோரின் ராஜினாமா செய்ய அனைத்து அதிகாரங்களுடனும் மாக்ஸ்வெல் செயல்பட ஆரம்பித்தான்.

நிலஅளவை அடிப்படையில் பாஞ்சாலங்குறிச்சிக்குச் சொந்தமான ஆதனூர் பகுதியைச் சேர்ந்த அருங்குளம், கப்பலாபுரம் ஆகிய பகுதிகளை எட்டயபுரம் பாளையத்தோடு மாக்ஸ்வெல் இணைத்தான். இதனைக் கண்ட மற்ற பாளையக்காரர்கள் தங்களின் ஆட்சிப் பகுதிக்கும் பாதிப்பு வந்துவிடுமோ என்ற அச்சத்தில் மாக்ஸ் வெல்லிடம் ஓடோடி வந்தனர். பாளையக்காரர்களைத் தன் கைப்பிடிக்குள் வைக்க அவன் செய்த சூழ்ச்சி வேலை செய்ய ஆரம்பித்திருந்தது. ஆனால், வீரபாண்டிய கட்டபொம்மன் அவனைச் சந்திக்கவில்லை. மாறாக, 16.12.1792ல் மாக்ஸ்வெலின் நில அளவை முற்றிலும் தவறானது எனக்கூறி மேல் முறையீடு செய்தார். விளைவு கும்பெனிக்கும், கட்டபொம்மனுக்குமான பிரச்னை ஆரம்பமானது. இந்த நிகழ்வை 'கும்பெனிக்கும், கட்டபொம்மனுக்குமான குழப்பத்திற்கான அஸ்திவாரக்கல் நாட்டு விழா' என்று வர்ணிக்கிறார் பேராசிரியர் ந. சஞ்சீவி.

வரிவசூல் கலெக்டராக டோரினுக்குப் பின் ஜே.லேண்டன், பாலாமியன், ஜார்ஜ பௌனி உள்ளிட்டோரைத் தொடர்ந்து 1797ல் ஜாக்சன் நியமிக்கப்பட்டான். தெற்குச் சீமைப் பகுதியில் இருந்து நிர்வாகத்திற்கு வர வேண்டிய வருவாய் மிகவும் குறைந்து போனதால் வரிவசூலில் ஜாக்சன் தீவிரம் காட்டினான். அதன் பொருட்டு 1797ல் வீரபாண்டிய கட்டபொம்மனுக்குக் கடிதம் எழுதினான். அதை கட்டபொம்மன் அலட்சியப்படுத்தியதால் அடுத்தடுத்து தனக்கே உரிய அதிகார பலத்துடன் எச்சரித்தும், கண்டித்தும் தொடர்ந்து கடிதங்களை எழுதினான். தன்னை சந்திக்க ராமநாதபுரம் கச்சேரிக்கு (நிர்வாக அலுவலகம்) வரும்படி ஜாக்சன் எழுதிய கடிதத்திற்கும் கட்டபொம்மன் செவிசாய்க்கவில்லை. இதனால் கோபம்கொண்ட ஜாக்சன் கட்டபொம்மன்மீது ராணுவ

நடவடிக்கை எடுப்பதற்கு அனுமதி கேட்டு போர்ட் ஆஃப் ரெவின்யூ தலைவர் எட்வர்ட் சாண்டர்ஸ்க்கு கடிதம் எழுதினான்.

ஜாக்சன் அனுமதி கேட்ட சமயத்தில் பாளையப்பகுதியில் கடுமையான வறட்சி நிலவியது. அதனால் கட்டாய வரிவசூலை மக்களிடம் செய்ய இயலாத சூழல், திருநெல்வேலி சீமையில் இருந்த படைகளை திப்புவுக்கு எதிரான போரில் பயன்படுத்த கும்பெனி முடிவு செய்திருந்த நிலை ஆகிய காரணங்களால் எட்வர்ட் சாண்டர்ஸ் கட்டபொம்மன் மீதான ராணுவ நடவடிக்கைக்கு அனுமதி தரவில்லை. பாஞ்சாலங்குறிச்சி பாளைய தாசில்தார் மூலம் கட்டபொம்மனை பதினைந்து தினங்களுக்குள் வந்து சந்திக்கச் செய்வதற்கான முயற்சியை மேற்கொள்ளும்படியும், அப்படியும் வந்து சந்திக்க மறுக்கும் பட்சத்தில் தாங்கள் கேட்டபடி ராணுவ நடவடிக்கை எடுக்க அனுமதி வழங்கப்படும் என அறிவுறுத்தி ஜாக்சனுக்குக் கடிதம் எழுதினான்.

அந்தக் கடிதத்தை மேற்கோள் காட்டி 05.09.1798க்குள் ராமநாதபுரத்தில் ஆஜராகி தன்னைச் சந்திக்கும்படி ஜாக்சன் 18.08.1798ல் கட்டபொம்மனுக்கு கடிதம் எழுதினான். முதல் நான்கு கடிதங்களை கண்டுகொள்ளாது காரணங்கள் சொல்லி தட்டிக் கழித்து வந்த கட்டபொம்மன் இம்முறை அப்படிச் செய்யவில்லை. ஜாக்சனை சந்திக்க முடிவு செய்தார். தனது பாளையத்தை ஜாக்சன் பறித்துக் கொள்ளக்கூடும் என்ற பயத்தாலேயே கட்டபொம்மன் ஜாக்சனைச் சந்திக்க முடிவு செய்ததாக தமிழ்வாணன் குறிப்பிடுகிறார். இவரின் கூற்றை முனைவர் வே. மாணிக்கம் உள்ளிட்டவர்கள் மறுக்கின்றனர்.

கடிதம் எழுதிய கையோடு பாளையங்களைப் பார்வை இடுவதற்காக ஜாக்சன் திருநெல்வேலி சீமைக்குப் பயணமானான். இதனால் திருநெல்வேலியில் வைத்து ஜாக்சனை சந்திக்க நினைத்த கட்ட பொம்மன் நான்காயிரம் படைவீரர்கள், தன் பரிவாரங்கள் சூழ ஆங்கிலேயருக்குக் கட்ட வேண்டிய வரிப்பணத்தோடு பாஞ்சாலங்குறிச்சியில் இருந்து திருநெல்வேலி வந்தடைந்தார். ஆகஸ்ட் மாதம் 27 ந்தேதி திருக்குற்றாலத்தில் முகாமிட்டிருந்த ஜாக்சன் தன்னைச் சந்திக்க வந்திருந்த கட்டபொம்மனுக்கு அனுமதி தரவில்லை. ஜாக்சனின் துபாஷி (மொழிபெயர்ப்பாளர்) கூறியபடி சொக்கம்பட்டி, சிவகிரி, சேத்தூர், ஸ்ரீவில்லிப்புத்தூர், விஜயனாப்பேரி, தும்மச்சி நாயக்கபுரம், பவாலி என ஜாக்சன்

சென்ற இடமெல்லாம் பின் தொடர்ந்து சென்றான். உடல் நலம் குன்றிய நிலையில் 400 மைல்கள் பின் தொடர்ந்து சென்றபோதும் கட்டபொம்மனுக்கு ஜாக்சனை சந்திக்க அனுமதி கிடைக்க வில்லை. கடைசியில் ஜாக்சன் கடிதத்தில் குறிப்பிட்டிருந்தபடி ராமநாதபுரத்திலேயே சந்திக்கும்படியானது. ஜாக்சன், கட்டபொம்மனுக்கு எழுதிய கடிதத்தில் ராமநாதபுரத்திற்கு வந்துதான் தன்னைச் சந்திக்கவேண்டும் என குறிப்பிடாததாலேயே திருநெல்வேலி சீமையில் சந்திக்க முடிவு செய்ததாகக் குறிப்பிடும் தி.நா. சுப்பிரமணியன் கருத்தோடு ம.பொ. சிவஞானமும் உடன்படுகிறார்.

ஜாக்சன் ராமநாதபுரத்தை அடைந்து ஆறு நாட்கள் கழிந்த பின்பு ராமநாதபுரத்தை வந்தடைந்த கட்டபொம்மனுக்கு ஒரு வழியாய் அனுமதி கிடைத்தது.

அதிரவைத்த கட்டபொம்மன்

ராமநாதபுரம் ராமலிங்க விலாசத்தில் இரு துருவங்கள் சந்திக்க ஏற்பாடானது. ஒவ்வொரு வாயிலிலும் பலத்த காவல் ஏற்பாடுகள் செய்யப்பட்டிருந்தது. சாலைகளிலும், தெருக்களிலும் எத்தகைய சூழலையும் எதிர்கொள்ள ஏதுவாக கும்பெனிப் படைவீரர்கள் நிறுத்தப்பட்டிருந்தனர். இன்னொரு அறையில் கமாண்டிங் கர்னல் தனது வீரர்களுடன் தயார் நிலையில் இருந்தார். இத்தகைய முன்னேற்பாடுகளுடன் இருந்த அரண்மனைக்குள் தனி ஆளாக தன்னைச் சந்திக்க வரும்படி அரண்மனைக்கு வெளியில் தங்கி இருந்த கட்டபொம்மனுக்கு கலெக்டர் ஜாக்சனால் தகவல் தரப்பட்டது.

ஜாக்சனின் முன்னேற்பாட்டு திட்டத்திற்கு கொஞ்சமும் சளைக்காத வகையில், 'எந்தச் சூழலிலும் கட்டபொம்மன் தனியாக ஜாக்சனை சந்திக்கச் செல்லக்கூடாது. குறிப்பிட்ட நேரத்திற்குப் பின்னும் அரண்மனைக்குள் சென்றவர்கள் திரும்பி வராத பட்சத்தில் படைவீரர்கள் அரண்மனையை நோக்கி முன்னேறி வர வேண்டும்' என கட்டபொம்மன் தரப்பிலும் சில முன்னேற்பாடுகள் செய்யப்பட்டன.

திட்டமிட்டபடி கட்டபொம்மனுடன் அவன் தம்பி ஊமைத்துரை, அமைச்சர் தானாதிபதி பிள்ளை ஆகியோர் சென்றனர். தன் உத்தரவுக்குக் கட்டுப்பட்டு நடந்துகொண்டபடியால் பெரும்

அழிவிலிருந்து தப்பி விட்டதாக ஜாக்சன் கட்டபொம்மனிடம் தெரிவித்தான். கட்டபொம்ம னுக்கும் அவனோடு சென்ற அமைச்சருக்கும் அமர்வதற்கு இருக்கைகூட தராமல் மணிக் கணக்கில் நிற்க வைத்து தன் விசாரணையை முடித்த ஜாக்சன் அதன் பின்னும் அவர்களை வெளியில் செல்ல அனுமதிக் காமல் கோட்டைக்குள்ளேயே தங்கவேண்டும் என வலியுறுத்தினான். ஏதோ விபரீதம் நிகழப்போகிறது. ஜாக்சன் சதித் திட்டம் தீட்டிச் செயல்படுகின்றான் என உணர்ந்த கட்டபொம்மனின் தம்பி ஊமைத்துரை பாளைய வீரர்களுக்கு சமிக்ஞை செய்தான்.

கைது நடவடிக்கையில் இருந்து தப்பிப்பதற்காக கட்டபொம்மனும், ஊமைத்துரையும், தானாதிபதி பிள்ளையும் அங்கிருந்து வெளியேற முற்பட்டனர். வெளியே பதுங்கி இருந்த பாளையத்து வீரர்கள் அவர்களுக்கு உதவுவதற்காக அரண்மனைக்குள் நுழைய முயன்றனர். இதனால் அரண்மனை வாசலில் காவல் பணியில் இருந்த கும்பெனி படை வீரர்களுக்கும், கட்டபொம்மனின் வீரர்களுக்கும் மோதல் மூண்டது. தப்பிச் செல்ல முயன்றவர்களை கைது செய்வதற்காக கும்பெனிப் படைகள் சூழ்ந்தபோது பாளைய வீரர்களுடைய வாளும், ஈட்டியும், வளரியும் அவர்களைத் துண்டாட ஆரம்பித்தன. தன்னைப் பிடிக்க வந்த லெப்டினென்ட் கிளார்க்கை குறுவாளால் வெட்டிச் சாய்த்து விட்டு கதவை உடைத்துக்கொண்டு வெளியேறினார் கட்டபொம்மன். அமைச்சர் தானாதிபதி பிள்ளை மட்டும் சிக்கிக் கொள்ள விசையுறு பந்தாய் வெளியேறிய கட்டபொம்மனும், ஊமைத் துரையும் எஞ்சி இருந்த வீரர்களோடு தப்பி பாஞ்சாலங்குறிச்சியை வந்தடைந்தனர்.

ராமலிங்க விலாச மோதலின்போது லெப்டினென்ட் கிளார்க்கை கட்டபொம்மன்தான் கொன்றார் என்பதற்கு, 'கிளார்க் கொல்லப் பட்டது குறித்த விசாரணையின்போது துளசித் தண்ணீரைக் குடித்து விட்டு தெய்வ நம்பிக்கையுடன் சாட்சி சொன்ன மூன்று பேர்கள் கட்டபொம்மனின் கைகளால்தான் கிளார்க் கொலை செய்யப்பட்டார்' என்று கொடுத்த வாக்குமூலத்தை பதிவு செய்திருக்கும் ஜே.எப். கீரான் பாதிரியாரின் கூற்றையும், கலெக்டர் ஜாக்சன் மேலிடத்திற்கு எழுதிய கடிதத்தில் கிளார்க் கொல்லப்பட்டதுபற்றி சொல்லப்பட்டவைகளையும் மேற்கோள் காட்டுகின்றனர். இந்தக் கருத்தை அப்படியே ஏற்க முடியாது என்பது சிலரின் வாதம்.

அதற்கு ஆதாரமாக கட்டபொம்மன் ராமலிங்க விலாச நிகழ்வு குறித்து எழுதிய கடிதத்தில், 'கும்பெனிப் படையினர் என்மீதும், என் பின்னால் வந்தவர்கள்மீதும் துப்பாக்கியால் சுட்டார்கள். வாள்களால் வெட்டினர். எனது ஆள் ஒருவன் லெப்டினென்ட் கிளார்க்கை கொன்றான். இந்தச் செய்தி அப்போது எனக்குத் தெரியாது' என எழுதியதையும், பின்னாளில் நடந்த விசாரணையின் போது கட்டபொம்மன் கிளார்க்கை கொல்லவில்லை என விசாரணைக் கமிஷன் அறிவித்து அக்குற்றச் சாட்டிலிருந்து விடுவித்ததையும் மேற்கோள் காட்டுகின்றனர். எப்படி இருப்பினும் நடந்த மோதலில் இரு தரப்பிலும் பலத்த சேதமும், உயிர்பலியும் நிகழ்ந்திருந்தது.

ராமலிங்க விலாச அரண்மனையில் இருந்து தப்பி பாஞ்சாலங் குறிச்சிக்குச் செல்லும் வழியில் கட்டபொம்மனின் படைகள் ராமநாதபுரம் கடைவீதிகளுக்குள் புகுந்து கொள்ளைச் செயலில் ஈடுபட்டன. தவிர, அக்கம் பக்கம் இருந்த பாளையங்களில் கொள்ளையடித்தும், வைக்கோல் போர்களுக்குத் தீ வைத்தும் செல்வங்களைக் கவர்ந்து சென்றன. இத்தகைய செயல்களாலேயே கட்டபொம்மனைக் 'கொள்ளைக்காரன்' என தமிழ்வாணன் மதிப்பிடுகிறார். கும்மிப் பாடல்களில் அவன் அரசாங்க ஆதிக்கம் உள்ள இடங்களிலும், அரசாங்கச் சேமிப்புக் கிடங்குகளிலுமே கொள்ளையிட்டான் என வருவதைச் சுட்டிக்காட்டி இதுவும்கூட ஆங்கிலேயருக்கு எதிரான ஒருவகையான போராட்டம்தான் என கட்டபொம்மனுக்கு ஆதரவாகவும் கூறுகின்றனர்.

கட்டபொம்மனின் நடவடிக்கையையும், அவன் தப்பியதையும் கண்டு ஜாக்சன் அதிர்ந்து போனான். லெப்டினென்ட் கிளார்க் கொல்லப்பட்ட நிகழ்வோடு நடந்தவைகளை விளக்கி போர்டு ஆஃப் ரெவின்யூவிற்கு *21.09.1798*ல் நீண்ட கடிதம் ஒன்றை எழுதினான். அதில், 'இனிமேலும் தாமதிக்காமல் கட்டபொம்மனுக்கு எதிரான நடவடிக்கையை எடுக்க வேண்டிய கட்டாயத்தை நான் சுட்டிக்காட்ட வேண்டிய அவசியமில்லை. அவனை அழிக்க ஒரு முழு ராணுவப் படையும் இரண்டு பீரங்கிகளும், அரை ரெஜிமெண்ட் குதிரைப் படையும் தேவைப் படும். அவனைப் பிடித்துத் தருபவர்களுக்கு ஐயாயிரம் ரூபாய் வெகுமதி அளிப்பதும் நல்லது. எப்படியாயினும் அவனுடைய பாளையத்தை அவனிடமிருந்து கைப்பற்றி விடவேண்டும்' என வலியுறுத்தி இருந்தான். ஆனால், போர்ட் ஆஃப் ரெவின்யூ

ஜாக்சனின் செயல்பாட்டினை கண்டித்தது. ராமலிங்க விலாச நிகழ்வு சம்பந்தமாக கட்டபொம்மன் எழுதிய கடிதத்தில் சொல்லியிருந்தவைகளும், அதற்கு ஜாக்சன் அளித்திருந்த பதில் விபரங்களும் ஒன்றுக்கொன்று முரண்பாடாக இருப்பதைக் கண்ட கும்பெனி மேலிடம் உண்மை நிலவரங்களை அறிய முடிவு செய்தது.

கும்பெனியின் சென்னைப் பிரிவிற்குப் பொறுப்பேற்றிருந்த ராபர்ட் கிளைவ் கட்டபொம்மனை கும்பெனியின் அதிகாரத்திற்குக் கட்டுப் படும்படியும் அப்படிக் கீழ்படிந்தால் நடந்தவைகள் குறித்து விசாரணைக்கு உத்தரவிடுவதாகவும் கூறினான். ஒருவேளை இந்த உத்தரவுக்கு மறுக்கும் பட்சத்தில் அரசின் நடவடிக்கையை எதிர் கொள்ள நேரிடும் என எச்சரித்தான். அதன் தொடர்ச்சியாக கட்ட பொம்மனுக்கு நம்பிக்கை ஏற்படுத்தும் நோக்கில் அவன் கோரியிருந்த படி அமைச்சர் தானாதிபதி பிள்ளையை ராபர்ட் கிளைவ் விடுதலை செய்ததோடு கலெக்டர் ஜாக்சனை தற்காலிக பதவி நீக்கம் செய்து உத்தரவிட்டான். கிளைவ் மேற்கொண்ட இந்த நடவடிக்கைகளால் மனம் மாறிய கட்டபொம்மன் கும்பெனியின் உத்தரவிற்குக் கட்டுப்பட சம்மதித்தார். ராமநாதபுரம் சம்பவம் குறித்து மேல் விசாரணைக்கு உத்தரவிடப்பட்டது.

வில்லியம் ஓர்ம், வில்லியம் ப்ரௌன், ஜான் காஸ்மேயர் ஆகிய மூவர் அடங்கிய விசாரணைக்குழு அமைக்கப்பட்டது. 1798 டிசம்பர் 15ல் அக்குழு முன் ஆஜரான கட்டபொம்மன் நடந்தவைகளைத் தெரிவித்தார். விசாரணையின் முடிவில் வீரபாண்டிய கட்டபொம்மனைக் குற்றமற்றவர் என அறிவித்ததோடு ஜாக்சனை நிரந்தரமாகப் பதவியில் இருந்தும் நீக்கியது. நடந்த நிகழ்வுகளில் இருந்து விடுவித்த போதும் பாளைய வீரரால் கொல்லப்பட்ட அதிகாரி லெப்டினென்ட் கிளார்க்கின் குடும்பத்திற்கு உதவி அளிப்பதற்காக அவரின் சம்பளம் மற்றும் படிகளின் மொத்தத்தொகையை பாளையக்காரர் என்ற முறையில் கட்டபொம்மனே ஏற்க வேண்டுமென அறிவித்தது.

ஜாக்சனுக்குப் பதிலாக நியமிக்கப்பட்ட லூஷிங்டனும் வரிவசூல் செய்வதிலேயே குறியாக இருந்தான். பாளையத்திற்கான பாக்கித் தொகையைச் செலுத்தவும், கிளார்க் குடும்பத்திற்குக் கொடுக்க வேண்டிய தொகை குறித்துப் பேசவும் ராமநாதபுரத்திற்கு வந்து

தன்னைச் சந்திக்க வேண்டுமென கட்டபொம்மனுக்குக் கடிதம் எழுதினான்.

புரட்சிப்பாதையை நோக்கி

*16.03.1799*ல் லூசிங்டன் எழுதிய கடிதத்திற்கு கட்டபொம்மன் எழுதிய பதில் கடிதத்தில், 'கடந்த நான்கு மாதங்களாக ராமநாதபுரம், திருச்சி எனச் சென்றுவிட்டு கடந்த மாதத்திற்கு முன்னர்தான் என் பாளையத்திற்கு வந்தேன். அதனால் உடனடியாகச் சந்திக்க வர முடியவில்லை. மழை பொய்த்து விட்டதால் மக்கள் கிராமங்களை விட்டு வெளியே சென்று விட்டார்கள். விவசாயமும் இல்லாமல் போய்விட்டது. வெளியேறிய மக்களை மீண்டும் குடியமர்த்து வதற்கான வேலைகளைச் செய்துகொண்டிருக்கிறேன். அவர்கள் வந்ததும் வரிவசூல் செய்துகொண்டு கிஸ்தி பணத்தோடு தங்களைச் சந்திக்க ராமநாதபுரம் வருகிறேன்' என எழுதினார். தவிர, 'நான் முன்பு ராமநாதபுரம் வந்த போது கொள்ளையிடப்பட்ட என் பல்லக்கு, தண்டிகை, குதிரைகள் உள்ளிட்ட என் உடைமைகளைத் திருப்பித் தரவும், தேசக்காவலுக்காக எனக்கு வர வேண்டிய பணம் கிடைக்கவும் உத்தரவிட வேண்டும்' எனவும் கேட்டிருந்தார்.

விரைவில் சந்திக்க வருகிறேன் எனச் சொன்ன கட்டபொம்மன் சொன்னபடி நடந்துகொள்ளவில்லை. அதை நினைவூட்டியும், விளைவுகளைச் சொல்லி எச்சரித்தும் லூசிங்டனும் கடிதம் எழுதத் தவறவில்லை. கும்பெனி தொடர்ந்து வரி கேட்டு நெருக்குதல் தந்துகொண்டே இருந்ததால் ஒரு மாற்றத்தைச் செய்யவேண்டிய கட்டாயம் கட்டபொம்மனுக்கு ஏற்பட்டது. அது அவரை புரட்சிப் பாதையை நோக்கி மெல்ல நகர்த்திப் போக ஆரம்பித்தது. அதற்கேற்ற சூழலும் வந்தது.

நான்காம் மைசூர் போர் தொடங்கியதையடுத்து ஆங்கிலேயர் களுக்கு எதிராக ஓரணியில் பாளையக்காரர்கள் திரள முயன்றனர். சிவகங்கை மருது சகோதரர்கள், திண்டுக்கல் கோபால நாயக்கர், ஆனைமலை யாதுல நாயக்கர் ஆகியோர் கூட்டாக இணைந்து தென்னிந்திய புரட்சிக்கான அமைப்பை உருவாக்குவதில் தீவிரம் காட்டினர். அதன்மூலம் கும்பெனிக்கு எதிராகக் களமிறங்க ஆயத்தமானவர்கள் தென்னிந்திய புரட்சிக்கான அறைகூவலையும் விடுத்தனர். கிளர்ச்சியாளர்களின் தூதுக்குழு பாஞ்சாலங்குறிச்சிக்கு வந்தது. ஒத்த கருத்துகளோடும், அபிப்ராயங்களோடும்

இருந்ததால் மருதுசகோதரர்களும், கட்டபொம்மனும் கை கோர்த்தனர்.

1797 ஜூன் 1ல் கட்டபொம்மன் தன் ஐநூறு வீரர்களுடன் சென்று பழமனேரி என்னுமிடத்தில் தங்கி சிவகங்கை வீரர்களோடு ஆலோசனை நடத்தினார். இது குறித்து லூசிங்டன் கட்டபொம்மனுக்கு எழுதிய கடிதத்தில், 'புள்ளி முரா தாலுகா வழியாக நீர் சிவகங்கை நாட்டிற்குச் சென்றது கும்பெனியாரின் கட்டளைக்கு கீழ் படிய மறுத்த செயல்' எனக் குறிப்பிட்டிருந்தான்.

மைசூருக்கு எதிரான யுத்த களத்தில் கும்பெனி தீவிர கவனம் கொண்டிருந்ததால், அவர்களுக்கு எதிரான திட்டங்களை முன்னெடுப்பதில் கட்டபொம்மன் தீவிரம் காட்டினார். சிவகங்கை மருது சகோதரர்கள், ராமநாதபுரம் மயிலப்பன் முயற்சியால் நாகலாபுரம், பாவள்ளி, கோலார்பட்டி, சென்னங்குடி, மன்னார் கோட்டை பாளையங்கள் ஓரணியில் நின்றன. அதன் தலைமைப் பொறுப்பை ஏற்ற கட்டபொம்மன் கடல்குடி, குளத்தூர், ஏழாயிரம் பண்ணை பாளையத் தலைவர்களுடன் பேசி அவர்களையும் தன் குழுவில் இணைத்தார். கும்பெனிப் படைகளின் நடமாட்டத்தைக் கண்காணித்துச் சொல்ல ஆங்காங்கே ஆட்களை அனுப்பி வைத்தார். சென்னைப் பட்டணம் வரைக்கும் அவருடைய ஆட்கள் ஒற்றர்களாகச் சென்றிருந்தனர்.

புரட்சி அமைப்பில் சிவகிரி பாளையக்காரர் சேர மறுத்தார். இதனால் அவருடைய மகன் மூலம் பாளையத்தை இணைக்கும் முயற்சியை கட்டபொம்மன் மேற்கொண்டார். சிவகிரி பாளையக்காரர் மகனும், அவரின் ஆலோசகர்களும், மாப்பிள்ளை வன்னியனும் 1793ல் பாஞ்சாலங்குறிச்சிக்கு வந்து சென்றனர். சிவகிரி பாளையத்தை தங்கள் வளையத்திற்குள் கிளர்ச்சியாளர்கள் கொண்டுவர தீவிரம் காட்டியதற்கு அதன் அமைவிடச் சூழல் முக்கிய காரணமாக இருந்தது. மேற்குத் தொடர்ச்சி மலையின் கீழ் அமைந்திருந்ததால் எளிதில் கடந்து செல்ல முடியாத எல்லை களையும், பாயவும், பதுங்கவும் ஏற்ற அரண்களையும் சிவகிரி பாளையம் கொண்டிருந்தது. இயற்கையாகவே அமைந்திருந்த இந்தச் சூழல் கிளர்ச்சியாளர்கள் தங்களுக்கான முக்கிய பதுங்கு கேந்திரமாக அப்பாளையத்தை தேர்ந்தெடுக்கச் செய்தது.

கும்பெனிக்கு நல்ல பிள்ளையாய் காட்டிக்கொண்டு அவர்களுக்கு எதிராக களமிறங்கும் கலகத்திற்கு பலம் சேர்த்துக்கொண்டிருந்த

கட்டபொம்மனின் நடவடிக்கைகள் மெல்ல வெளியில் தெரிய ஆரம்பித்தது. பாஞ்சாலங்குறிச்சி பாளையக்காரர் தன் 500 ஆட்களை அனுப்பி கங்கை தாலுகாவில் வரிவசூல் செய்ய முயல்கிறார் என ஊத்துமலை பாளையக்காரர் கலெக்டர் லூசிங்டனுக்குத் தகவல் அனுப்பினார். அருப்புக்கோட்டைக்காரர்களான திருமலை ஐயங்கார், கிருஷ்ணன், வெங்கடேஸ்வர ஐயர் ஆகியோர் நாகலாபுரம் (கட்டபொம்மனின் ஆதரவு பெற்ற பாளையம்) பாளையத்திற்குத்தான் காவல் வரி தர வேண்டும் என பாஞ்சாலங்குறிச்சி பாளையக்காரர் நிர்பந்திக்கிறார் என புகார் அளித்தனர்.

நேரடி பாதிப்புக்கு உள்ளான சிவகிரி பாளையக்காரர், ‘கட்டபொம்மனின் ஆதரவு பெற்ற கோலார்பட்டி பாளையக் காரர்கள் எங்கள் கிராமங்களுக்குள் புகுந்து வரிவசூலிக்கிறார்கள். எனது கிராமமான அம்மையார்பட்டிக்கும் அவர்களின் ஆதரவு பெற்ற ஒரு படை வந்திருக்கிறது. அதேபோல, கும்பெனியின் கீழே உள்ள இளையரசனேந்தல் கிராமத்திற்குத் தன் அமைச்சரின் சகோதரர், செவத்தையா உள்ளிட்ட இரண்டாயிரம் நபர்களுடன் பாஞ்சாலங்குறிச்சி பாளையக்காரர் வந்துசென்றிருக்கிறார். தொடர்ந்து தன் பாளையவீரர்களைக்கொண்டு கிராமங்களுக்குள் முற்றுகையை நடத்தியும், கொள்ளையிட்டும் தன் எல்லைக்கு உட்பட்ட பகுதிகளில் வாழும் மக்களுக்கு அச்சத்தை ஏற்படுத்தி வருகிறார். சிவகிரி பாளையத்தை என்னிடம் இருந்து பறித்துக்கொண்டு என்னைக் கொல்லவும் திட்டமிட்டுள்ளார். கும்பெனிக்கு வரி கட்டுபவன் என்ற முறையில் என்னைப் பாதுகாக்க வேண்டும்’ எனக்கூறி நீண்ட கடிதம் ஒன்றை எழுதினார்.

பாளையக்காரர்களிடமிருந்து பெற்ற கடிதம் மற்றும் தகவல்கள் மூலம் கட்டபொம்மனின் நடவடிக்கைகளில் கும்பெனி சந்தேகம்கொள்ள ஆரம்பித்தது.

லூசிங்டன் தொடர்ந்து எழுதிய கடிதங்களுக்கு தன் அமைச்சர் மூலம் வாய்மொழியாகவும், கடிதம் மூலமாகவும் பதில் கொடுத்து வந்த கட்டபொம்மன் கடைசிவரையிலும் அவனைச் சந்திப்பதை தவிர்த்து வந்தார். இதனால் கோபம்கொண்ட லூசிங்டன் தனது கடைசி எச்சரிக்கையை நேரடித் தகவலாகச் சொல்லி அனுப்பியதோடு போர்ட் ஆஃப் ரெவின்யூவுக்கும் விரிவான கடிதம் ஒன்றை எழுதினான்.

கப்பம் கட்டும் பாளையத்தில் இருந்தே ஒருவர் (சிவகிரி பாளையக்காரரின் மகன்) தங்களுக்கு எதிராக களம் இறங்கியிருப்பதை அத்தனை எளிதாக கும்பெனி எடுத்துக்கொள்ள விரும்பவில்லை. சிவகிரி பாளையக்காரர் தன் மகன்மீது எந்தப் புகாரும் தராதபோதும், சம்பந்தப்பட்ட பாளையத்தின் அதிகாரம் நவாப்பின் அதிகாரவரம்பிற்குள் இருந்தபோதும் அதுபற்றி கும்பெனி கவலைப்படவில்லை. நேரடி நடவடிக்கையில் இறங்கியது. புரட்சி அமைப்பு உருவாக ஆரம்பித்திருந்த நேரத்தில் மைசூர் போரில் கவனம்கொண்டிருந்த ஆங்கிலேயர்கள் அது தீவிரமடையத் தொடங்கியிருந்த சமயத்தில் திப்புவை வீழ்த்தி வெற்றி முரசு கொட்டினர். ஆங்கிலேயர்களின் கவனம் இப்போது தெற்குச் சீமை நோக்கித் திரும்பியது.

கட்டபொம்மன் தங்களுக்கு எதிராக பெரும் யுத்தத்தை நடத்தக் கூடும் எனச் சந்தேகப்பட்ட கும்பெனி அதன் கவர்னர் கிளைவ் தலைமையில் சென்னையில் கூடி விவாதித்தது. அக்குழு பானர்மேன் தலைமையில் பாஞ்சாலங்குறிச்சிக்கு நன்கு பயிற்சி பெற்ற படையை அனுப்ப முடிவு செய்தது. அதற்காக திருநெல்வேலி சீமையின் கலெக்டருக்குரிய அனைத்து அதிகாரங்களும் நீக்கப்பட்டு எல்லா அதிகாரங்களும் நேரடியாக பானர்மேனிடம் தரப்பட்டது.

பாஞ்சாலங்குறிச்சியைச் சூழ்ந்த போர் மேகங்கள்

பாஞ்சாலங்குறிச்சியைப் போர்மேகங்கள் சூழ ஆரம்பித்தது. வெஸ்லி தனது படைகளை சென்னையில் இருந்து திருநெல்வேலிக்கு அனுப்பினான். திருவாங்கூர் படைகளும் கும்பெனிப் படைகளோடு அணிவகுக்க பானர்மேன் தலைமையில் படைகள் திருநெல்வேலியில் முகாமிட்டன. அதிகாரம் மிக்கவனாகவும், படைகளுடனும் பாளையங்கோட்டைக்கு வந்த பானர்மேன் தன்னை வந்து சந்திக்க வேண்டுமென கட்டபொம்மனுக்கு ஆணையிட்டான். ஆங்கிலேயர்களின் நயவஞ்சகத்தையும், குள்ள நரித்தனத்தையும் நன்கு அறிந்திருந்த கட்டபொம்மன், பானர்மேனை சந்திப்பதை தவிர்த்தார். தினம் ஒரு காரணம் சொல்லி தட்டிக் கழித்து வந்தார். தனது படையை பலப்படுத்திக்கொள்ளவே கட்டபொம்மன் காலம் கடத்துவதாக நினைத்த பானர்மேன் மிகுந்த கோபம்கொண்டு பாஞ்சாலங் குறிச்சியைத் தாக்க முடிவு செய்தான்.

1799 செப்டம்பர் நான்காம் தேதியை கட்டபொம்மனின் சந்திப்பிற்காக நாள் குறித்தவன், அடுத்த நாளை அதாவது செப்டம்பர் ஐந்தாம் தேதியை பாஞ்சாலங்குறிச்சியைத் தாக்குவதற்கான நாளாகக் குறித்தான். குலதெய்வ வழிபாட்டிற்காக ஊமைத்துரையும், மற்ற படைவீரர்களும் திருச்செந்தூர் சென்றிருக்கும் செய்தியும், பாஞ்சாலங்குறிச்சி பாளைய நிர்வாக அதிகாரியான தானாபதிபிள்ளை ஆத்தூரில் தங்கியிருக்கும் செய்தியும் பானர்மேனுக்குக் கிடைத்தது. படைபலம் குறைந்த நிலையில் இருக்கும் பாஞ்சாலங்குறிச்சியைத் தாக்க இதுதான் தருணம் என நினைத்த பானர்மேன் பாஞ்சாலங்குறிச்சி நோக்கி படைகளைச் செல்ல உத்தரவிட்டான். காப்டன் ஓரீலி, ப்ரூஸ், காலிஸ், டக்ளஸ், ப்ளேக், ப்ரௌன் என தளபதிகள், லெப்டினென்ட், துணைத் தளபதிகள் என தலைமையேற்று வந்த பெரும்படை 1799ல் பாஞ்சாலங்குறிச்சிக்குள் நுழைந்தது.

500 அடி நீளம், 300 அடி அகலத்தில் களிமண்ணால் கட்டப்பட்டிருந்த கோட்டை சதுர வடிவ கொத்தளங்களுடன் அமைந்திருந்தது. கோட்டையின் வெளிப்பகுதி முழுவதும் கும்பெனிப் படைகளின் கட்டுப்பாட்டு வளையத்திற்குள் கொண்டு வரப்பட்டன. கோட்டையின் அத்தனை வெளித் தொடர்புகளும் துண்டிக்கப்பட்ட தோடு தடுக்கத் திரண்டு வந்த மக்களும் கடுமையாகத் தாக்கப்பட்டனர்.

பானர்மேனின் படையெடுப்பை ஒற்றர்கள் மூலம் முன்பே அறிந்த கட்டபொம்மன் கோட்டையிலிருந்த போர்முரசை ஒலிக்கச் செய்தான். பாஞ்சாலங்குறிச்சி படைவீரர்கள் அனைவரும் கோட்டைக்குள் அணிவகுக்க உத்தரவிடப்பட்டது. முரசறைந்த சப்தம் கேட்டு திருச்செந்தூரிலிருந்து ஊமைத்துரையும், உறவினர்களும், மற்ற படைவீரர்களும் சீறி வந்தனர். தானாபதி பிள்ளையும் ஆத்தூரிலிருந்து பாஞ்சாலங்குறிச்சி நோக்கி வந்தார். அதற்குள் பாஞ்சாலங்குறிச்சி கோட்டை ஆங்கிலேயர்களின் முற்றுகைக்குள் இருந்தது. ஊமைத்துரையும், மற்ற படை வீரர்களும் முற்றுகையிட்டிருந்த படைகளுக்குள் புகுந்து தாக்கியபடியே கோட்டைக்குள் நுழைந்தனர். தானாபதி பிள்ளையும் கோட்டைக்குள் ஊடுருவினார்.

ஆங்கிலேயர்களின் தூதுவராக கட்டபொம்மனைச் சந்திக்க கோட்டைக்குள் சென்ற ராமலிங்க முதலியார் அவர் சரணடைய

மறுத்த செய்தியோடு கோட்டையைப் பற்றிய தகவல்களையும் பானர்மேனிடம் கூறினார். தளபதிகள் கூடி ஆலோசனை செய்தனர். அதன்பின் கோட்டையின் தெற்குப் புற வாயிலை லெப்டினென்ட் காலிஸ் தலைமையிலான படைகள் தாக்கத் துவங்கின. வடக்கு புற வாயிலை லெப்டினென்ட் டக்ளஸ் தலைமையிலான மற்றொரு படை தாக்கியது. எதிரெதிர் திசைகளில் பீரங்கிகளைக்கொண்டு குண்டுமழை பொழிந்ததில் தெற்குப் புற வாயில் கதவு தெறித்துச் சிதறியது. லெப்டினென்ட் காலிஸ் உடைபட்ட வாயில் வழியாக கோட்டைக்குள் புக உள்ளிருந்தபடியே வெள்ளையத் தேவன் என்ற வீரன் அவனை ஈட்டியால் குத்திக் கொன்று வெளியில் தூக்கி எறிந்தான். கோட்டைக்குள் இருந்தபடி தற்காப்புத் தாக்குதல்களை நடத்திய ஊமைத்துரையும், அவரது வீரர்களும் கும்பெனிப் படைகள் உள்ளே நுழைய முடியாதபடி தடுத்து பின்வாங்க வைத்தபடியே இருந்தனர்.

ஏறக்குறைய ஏழு மணிநேரம்வரை நடந்த கடும் யுத்தத்தில் லெப்டினென்ட் காலிஸ் உள்ளிட்ட ஏராளமான வீரர்களை இழந்த பானர்மேன் கூடுதல் படைகளையும், பீரங்கிகளையும் பாளையங் கோட்டையிலிருந்து வரவழைக்க செய்தி அனுப்பினான். தொடர் தாக்குதல்களினால் வலுவிழந்திருந்த கோட்டை இனியும் தாக்கப் படுமேயானால் வீழ்வது உறுதி என்பதால் கட்டபொம்மன் தன் தம்பிகள், தளபதிகள், தானாபதிபிள்ளை ஆகியோரோடு கோட்டையை விட்டு வெளியேறினார். இரவில் அவர்கள் கோட்டையை விட்டு தப்பிய செய்தி மறுநாள் காலைதான் பானர்மேனுக்குத் தெரிந்தது. கோபத்தின் உச்சிக்குச் சென்றவன் கட்டபொம்மனை தேடிப் பிடிக்க நான்கு புறமும் படைகளை ஏவினான். இம்முயற்சியில் உதவும்படி இதர பாளையக்காரர்களுக்கும் கடிதம் எழுதினான்.

கும்பெனியின் ஆதரவு பெற்றிருந்த பாளையங்கள் கட்டபொம்மனைத் தேடும் முயற்சியில் தீவிரம் காட்டின. எட்டயபுரம் பாளையக்காரர் கட்டபொம்மனைப் பிடிக்கத் தன் படைவீரர்களுடன் செல்வதாகவும், தனக்கு உதவ மேலும் சிப்பாய்களை அனுப்பும்படியும் பானர்மேனுக்கு தகவல் கொடுத்தார். எந்த நிலையிலும் கட்டபொம்மனைத் தப்ப விடக்கூடாது என நினைத்த பானர்மேன் அடுத்த நொடியே ஒரு படையை அங்கு அனுப்பி வைத்தான். எட்டயபுரப் படைகளோடு இணைந்த கும்பெனிப் படைகள் கோலார்பட்டி கோட்டைப்

பகுதியில் கட்டபொம்மனையும் அவனுடைய படைகளையும் எதிர்கொண்டது. சண்டை மூண்டது.

கடும் போரில் இரு தரப்பிலும் தலைகளின் எண்ணிக்கை குறைந்தது. தானாபதிபிள்ளை உள்ளிட்ட முப்பத்தி நான்கு பேரை கும்பெனிப் படைகள் கைது செய்தது. மற்றவர்கள் தப்பி புதுக்கோட்டையை வந்தடைந்தனர். கைது செய்யப் பட்டவர்களில் சிலர் தூக்கிலிடப் பட்டனர். பலர் சென்னைக்குக் கொண்டுசெல்லப்பட்டு சிறையில் அடைக்கப்பட்டனர். நாகலாபுரம், கோலார்பட்டி, ஏழாயிரம் பண்ணை, காடல்குடி, குளத்தூர் பாளையங்களைக் கடும் நடவடிக்கை மூலமாக தங்கள் ஆதிக்கத்தின் கீழ் ஆங்கிலேயர்கள் கொண்டுவந்தனர்.

கட்டபொம்மனும் அவரோடு தப்பி வந்தவர்களும் கள்ளர்கள் அதிகம் தங்கி வாழும் ஆனியூர் கிராமத்தை வந்தடைந்தனர். அங்கிருந்து திருச்சி வழியாக புதுக்கோட்டை வந்து திருக்களம்பூர் என்னும் இடத்தில் அடர்ந்த காட்டுப் பகுதியில் பதுங்கினர். எட்டயபுரம் பாளையக்காரரின் விசுவாசத்திற்கு தன்னுடைய விசுவாசம் எந்த வகையிலும் குறைந்தது இல்லை என்பதை ஆங்கிலேயர்களுக்குச் சொல்ல புதுக்கோட்டை விஜயரகுநாத தொண்டைமானும் பெரும் ஆவல்கொண்டிருந்தான். தன்னுடைய எல்லைப் பகுதியில் பதுங்கி இருந்த கட்டபொம்மனையும் அவருடைய வீரர்களையும் பிடித்து ஆங்கிலேயர்களிடம் ஒப்படைத்தான்.

கண் துடைப்பு விசாரணையும், உயிர் பறித்த தீர்ப்பும்

கட்டபொம்மன் கைது செய்யப்பட்ட தகவல் அறிந்ததும் அவர்களை மதுரையில் இருக்கும் கமாண்டிங் ஆபிசரிடம் ஒப்படைக்கக் கோரி பானர்மேன் கடிதம் எழுதினான். அதில், ‘கும்பெனிக்கு எதிராக கலகம் விளைவிக்கும் பாளையக் காரர்களுக்கு மரண தண்டனை விதித்திட எனக்கு அளிக்கப் பட்டுள்ள அதிகாரத்தை நிறைவேற்றுவதற்காக கட்டபொம்மனை மதுரையில் இருந்து கயத்தாறு கொண்டுவர எனது ராணுவத்தின் ஒரு பிரிவை அங்கு அனுப்பி வைத்திருக்கிறேன். அரசுக்கு எதிராகக் கலகம் விளைவித்தவர் என்ற முறையில் அவர்மீது கடும் நடவடிக்கை எடுக்கவேண்டியது எனது கடமை’ என குறிப்பிட்டிருந்தான். கட்டபொம்மன் மதுரையில் இருந்து கயத்தாறுக்கு விசாரணைக்காக கொண்டுவரப்பட்டார்.

திருநெல்வேலிசீமைப் பாளையக்காரர்கள் அனைவரும் கயத்தாறு விசாரணையில் கலந்து கொள்ள வேண்டும் என்ற உத்தரவுக்கேற்ப அவர்கள் அனைவரும் அங்கு குழுமியிருந்தனர். குதிரைப் படையும், காலாட்படையும் அணிவகுத்து நிற்க தளபதிகள் சூழ அமர்ந்திருந்த பானர்மேன் விசாரணையைத் துவக்கினான். முதல் சாட்சியாக துபாஷி ராமலிங்க முதலி அழைக்கப்பட்டார். தான் கோட்டைக்குள் சென்றதையும், கட்டபொம்மனைச் சரணடையச் சொன்னதையும், அதற்கு அவர் மறுத்ததையும் வாக்குமூலமாகப் பதிவு செய்தார். அவரைத் தொடர்ந்து ஹவில்தார் இப்ராகிம் கான், சாமி ஐயர், கட்டபொம்மனின் மாமனார் கெடி வெட்டூர் நாயக்கர் சாட்சியம் அளித்தனர்.

சாட்சிகளின் விசாரணை முடிந்ததும் கும்பெனிக்கு கிஸ்தி (வரி) தரவில்லை. கலெக்டர் லூசிங்டனின் உத்தரவுப்படி அவரைச் சென்று சந்திக்கவில்லை. கும்பெனியின் பாதுகாப்பில் இருந்த ஸ்ரீவைகுண்டம் உணவுக்கிடங்கை கொள்ளையடித்த தானாபதி பிள்ளையை அரசாங்கத்திடம் ஒப்படைக்க மறுத்ததோடு கட்டபொம்மன் அவரைப் பாதுகாத்தார். சிவகிரி பாளையத்தை தாக்கி அப்பாளையக்காரரை மிரட்டியதோடு மக்களையும் கொடுமைப்படுத்தினார். அரசுக்கு எதிராக புரட்சி அமைப்பை உருவாக்க முயன்றார். ஆங்கிலேய ராணுவ அதிகாரிகளைக் கொன்றார் என குற்றச்சாட்டுகளை வாசித்த பானர்மேன் இதற்குப் பதில் தரும்படி கட்டபொம்மனிடம் கேட்டான்.

தன் மீதான குற்றச்சாட்டுகளுக்கு கட்டபொம்மன் விரிவான விளக்கம் கொடுத்தார். துபாஷி ராமலிங்க முதலியாரால் மொழி பெயர்த்துச் சொல்லப்பட்ட அந்த விளக்கங்களுக்கு எந்தப் பலனுமில்லை. முன்பே முடிவு செய்யப்பட்ட தீர்ப்பை நிறைவேற்ற கண்துடைப்புக்காக நடைபெற்ற விசாரணையில் என்ன பயனை எதிர்பார்த்துவிட முடியும்? நீண்ட, நெடிய விசாரணைக்குப் பின் கட்டபொம்மனுக்குத் தூக்கு மூலம் மரண தண்டனையை நிறைவேற்ற வேண்டும் என்றும், அதை அன்றே நிறைவேற்ற வேண்டும் எனவும் தீர்ப்பு வழங்கப்பட்டது.

விசாரணையின் விபரங்கள் குறித்து 17.10.1799ல் அரசாங்கத்திற்கு பானர்மேன் கடிதம் எழுதினான். அதில், ‘விசாரணையின் போது கட்டபொம்மன் பயமற்றவராக நின்றிருந்தார். தன்னைப் பிடிக்க பிரத்யேக முயற்சிகள் செய்த எட்டயபுரம் பாளையக்காரரையும்,

சிவகிரி பாளையக்காரரையும் அடிக்கடி குரூரமாகப் பார்த்தபடியே இருந்தார். தூக்குமேடைக்கு அழைத்துச் செல்லும்போது ஏனைய பாளையக்காரர்களை வெறுப்புடன் பார்த்தபடியே நடந்து சென்றதைக் கண்டேன். தூக்குமேடை நிறைவேற்ற தேர்வு செய்யப்பட்ட மரத்திற்கு அருகே அழைத்து வரப்பட்டபோது தன் தம்பி ஊமைத்துரை குறித்தும், தான் இப்படி தூக்கில் தொங்குவதற்குப் பதில் கோட்டையைக் காக்கும் போரில் இறந்திருக்கலாம் என வருத்தப்பட்டதாக அவருக்கு நெருக்கமாக இருந்தவர்கள் தெரிவித்ததாகவும்' குறிப்பிட்டிருந்தான்.

'சீண்டிக்கொண்டே இருந்தால் பூனைகூட புலியாகி விடும்' என்றொரு சொல்வழக்கு உண்டு. அதற்கேற்றார்போல கட்டபொம்மனை வரிவசூல் என்ற பெயரில் தொடர்ந்து மிரட்டியும், எச்சரித்தும் தங்களுக்கு எதிராக திருப்பிய கும்பெனி ஒருவழியாக கட்டபொம்ம னுக்கான இறுதி முடிவை எழுதி முடித்தது. தூக்குத் தண்டனையை நிறைவேற்றியதன் மூலம் திருநெல்வேலி சீமையில் பூலித்தேவருக்கு பின் தங்களுக்கு எதிராக ஒலித்த ஓர் ஆக்ரோஷக்குரலை ஆங்கிலேயர்கள் அடக்கி நிசப்தமாக்கினர்.

கட்டபொம்மனோடு கைது செய்யப்பட்ட அவரின் தம்பி ஊமைத் துரையும், ஏனைய வீரர்களும் பாளையங்கோட்டைச் சிறையில் முடக்கப்பட்டனர்.

அடக்கப்பட்ட வீரமும், மறுக்கப்பட்ட உரிமைகளும்

கட்டபொம்மனுக்கு வழங்கிய தீர்ப்பின் மூலம் இதர பாளையக் காரர்களுக்கு மறைமுக எச்சரிக்கை கொடுக்கப்பட்டது. விசாரணை நாளில் அனைத்துப் பாளையக்காரர்களையும் அங்கே ஒரே இடத்தில் கூட வைத்ததற்கும் அதுவே முக்கிய காரணமாக இருந்தது. அதே நேரம், அரசுக்கு ஆதரவாக செயல்பட்டால் பரிசுகளும், உதவிகளும் உங்களைத் தேடி வரும் என்பதையும் அவர்கள் உணர்த்தத் தவறவில்லை,

தத்தம் செயல்களுக்கான பரிசாக ஆங்கிலேயர்களிடமிருந்து புதுக் கோட்டை அரசர் விஜயரகுநாத தொண்டைமான் வரி தள்ளு படியும், தனது ஆட்சிப்பகுதியைச் சுதந்திரமாக ஆட்சி செய்யும் உரிமையையும் பெற்றார். வரலாற்றாசிரியர் கே. ராஜய்யன் தொண்டைமானுக்கு கவர்னர் கிளைவ் ஒரு குதிரையையும், ஓர்

அலங்கரிக்கப்பட்ட மேல் அங்கியையும் கொடுத்ததாக தன் நூலில் குறிப்பிடுகிறார். எட்டயபுரம் நாயக்கர் பாஞ்சாலங்குறிச்சி பாளையத்தின் வடபகுதியில் இருக்கும் 79 கிராமங்களின் ஆட்சிப் பொறுப்பையும், சிவஞானபுரம் என்ற கிராமத்தையும் இனாமாகப் பெற்றார். மணியாச்சி பாளையக்காரர் 25 கிராமங்களைப் பெற்றார். மயில் மந்தை பாளையக்காரருக்கு பாஞ்சாலங்குறிச்சி, குளத்தூர் பாளையப் பகுதிகள் வழங்கப்பட்டன.

பாளையக்காரர்களை ஒடுக்கி அவர்களின் துணை நிர்வாக அமைப்புகளையும் ஒழிக்கவேண்டும் என்ற இங்கிலாந்து நிர்வாகக் குழுவின் முடிவை கும்பெனி செயல்படுத்துவதற்கான முயற்சிகளில் தீவிரம் காட்டியது. நவாப்பின் அதிகாரத்திற்கு உட்பட்ட பகுதிகளாக பாஞ்சாலங்குறிச்சி, ஏழாயிரம் பண்ணை, நாகலாபுரம், கோலார்பட்டி, கடலங்குடி, குளத்தூர் ஆகியவைகள் இருந்த போதும், கும்பெனி அவைகளை தனது நேரடிக் கட்டுப்பாட்டிற்குள் கொண்டுவந்தது. பாளையக்காரர்களோ, பாளையங்களில் வாழும் சாதாரண மக்களோ ஆயுதம் வைத்திருக்கவும், தயாரிக்கவும் தடை விதிக்கப்பட்டது. அரசுக்கு ஆதரவாக இருக்கும் பாளையங்களுக்கு கொடுக்கப்பட்ட பகுதிகள் போக கட்டபொம்மனின் மாவட்டம் மற்றும் இதர துணை நிலைப்பகுதிகளின் நிர்வாகத்தை கும்பெனியே ஏற்றது. மீண்டும் இப்பகுதிகளில் கிளர்ச்சிகள் ஏற்படாமல் தடுக்க பாளையப் பாதுகாப்பிற்கான காவல் பணியையும், தேசக்காவல் வரிவசூல் உரிமையையும் கும்பெனியே ஏற்றது.

பாளையக்காரர்கள் தங்கள் கோட்டைகளை இடித்துவிட்டு தங்களின் படைப் பிரிவுகளையும் கலைத்து விடவேண்டும் என ஆங்கிலேயர்கள் உத்தரவிட்டனர். திருநெல்வேலிச் சீமையில் இருந்த 42 கோட்டைகளையும் இடித்துத் தரைமட்டமாக்கினர். தங்களின் உத்தரவுக்குக் கீழ்படியாத, கட்டுப்படாத பாளையப் பகுதிகளில் ராணுவம் குவிக்கப் பட்டது. வரி உயர்த்தப்பட்டது. இதனால் பாளையத்தலைவர்களோடு அப்பாளையங்களின் மக்களும் பாதிக்கப்பட்டனர். இதனால் மக்களுக்கு கும்பெனியின் மீதான வெறுப்புணர்வு அதிகமானது. இத்தகைய அடக்குமுறை தந்த விளைவுகள் குறித்து கர்னல் வெல்ஷ், ‘அவர்களுடைய தலைவர்களை நிரந்தரமாக, கேவலமான காவலில் வைத்துவிட்டு பாசாலங்குறிச்சிக் கோட்டையையும் மற்றும் சில முக்கியமற்ற கோட்டைகளும் இடித்துத் தள்ளப்பட்டிருக்கின்றன. மிகவும்

தன்மான உணர்ச்சி மிகுந்த மக்களிடம் இத்தகைய நடவடிக்கையைக் காட்டியிருப்பது அவர்களுடைய அன்பைச் சம்பாதிக்கும் முறையில் அமைந்திருக்கவில்லை' என்று தன்னுடைய 'போர் நினைவுக் குறிப்பில்' குறிப்பிடுகிறார்.

இதுபற்றி எல்லாம் கவலைகொள்ளாத கும்பெனி தன் முடிவுகளைச் செயலாக்கு வதிலேயே முனைப்புக் காட்டியது. ஒரு கட்டத்தில் பாளையக்காரர்களின் அதிகாரங்கள் முழுமையாகப் பறிக்கப்பட்டு அவர்கள் வரிவசூல் செய்து தரும் ஏஜெண்டுகளாக (ஜமீன்) மாற்றப் பட்டனர். இத்தகைய நடவடிக்கைகள் மூலம் மட்டுமே பாளையங்களைத் தன் கட்டுப்பாட்டிற்குள் வைத்திருக்க முடியும் என கும்பெனி உறுதியாக இருந்தது. 'பாளையங்கள், கப்பம் கட்டுவோரை பணியச் செய்வதற்காக இதற்கு முன் மேற்கொண்ட பல முயற்சிகள் தோற்றுப் போன நிலையில் இந்த நடவடிக்கைகள் பெரும் வெற்றியாகக் கருதப் பட்டதோடு, தென்னிந்தியாவில் ஆட்சி முறையில் மாற்றங்களைக் கொண்டு வரவும் இது உதவியது' என்று அனுமானிக்கிறார் கே. ராஜய்யன்.

பாதிக்கப்பட்ட பாளையத்தலைவர்களின் கோபம், பொங்கி நின்ற மக்களின் எதிர்ப்புணர்ச்சி ஆகிய இரண்டையும் ஒருங்கிணைத்து தென்பகுதி முழுவதும் கிளர்ச்சியாக மாற்ற பாளையத்தலைவர்கள் முயன்றனர். அந்த முயற்சி 1800ல் தனக்கான கணக்கைத் துவங்கியது.

-10-

வீரர்களைச் சிறை மீட்ட தென்னிந்தியப் புரட்சி

கி.பி. 1800 மற்றும் 1801ல் தென்னகத்தில் நிகழ்ந்த புரட்சியை 'தென்னிந்திய புரட்சி 1800' என்றும், 'முதல் விடுதலைப் போராட்டம்' என்றும் வரலாற்றாய்வாளர்கள் மதிப்பிடுகின்றனர். வரிவசூலிக்கும் உரிமையை வைத்துக்கொண்டு பாளையங் களுக்குள் நுழைந்த ஆங்கிலேயர்கள் அடக்குமுறைகளின் மூலம் ஒடுக்க முயன்றனர். இதனால் மக்கள் பெரிதும் பாதிக்கப்பட்டனர். கூடுதல் வரிகளை விதித்தும், குடிசைத்தொழில்களை நசுக்கியும் ஆங்கிலேயர்கள் செய்த அட்டூழியங்களால் பஞ்சம் தலை விரித்தாடியது. அன்றாட வாழ்க்கைக்கே கஷ்டப்பட்ட மக்களிடம் ஆங்கிலேயர்களுக்கு எதிரான வெறுப்புணர்வும், எதிர்ப்புணர்வும் மட்டுமே எஞ்சி நின்றது.

மக்களிடையே அங்கொன்றும், இங்கொன்றுமாகப் பரவிக் கிடந்த இந்த எதிர்ப்பு அலையை ஒன்று திரட்டி அவர்களுக்கு எதிராகப் பயன்படுத்த நினைத்த மருதுசகோதரர்கள் அதற்கென ஒரு கூட்டமைப்பை உருவாக்க நினைத்தனர். தங்களுடைய திட்டங்களைத் தயார் செய்து தூதுவர்கள் மூலம் மற்ற பாளையக் காரர்களுக்கும், தலையாரிகளுக்கும் அனுப்பி ஆதரவைக்

கேட்டனர். ராமநாதபுரம், தஞ்சை தலைவர்களோடு திருநெல்வேலி பாளையக்காரர்களும் ஆதரவு தர கூட்டமைப்பினை உருவாக்கினர்.

மைசூர் போருக்காக தென்பிராந்தியத்தில் நிறுத்தி வைத்திருந்த படைகளை கும்பெனி திரும்ப அழைத்துக்கொண்டநிலையில் கூட்டமைப்பின் கிளர்ச்சிக்காரர்கள் காவல் நிலையங்களைத் தாக்கி ஆயுதங்களைக் கைப்பற்றினர். உணவு சேமிப்புக் கிடங்குகள், பண்டக சாலைகள் போன்றவைகளையும் தாக்கி உணவுப் பொருள்களை மக்களுக்கு வாரிக் கொடுத்தனர். தகவலறிந்த கும்பெனி அவர்களை ஒடுக்கப் படையை அனுப்பி வைத்தது.

பானர்மேன் தலைமையில் வந்த அப்படை கிளர்ச்சியாளர்களை கோமேரி என்னுமிடத்தில் எதிர்கொண்டு தோற்கடித்ததோடு விரட்டி, விரட்டி வேட்டையாடியது. இதில் கூட்டமைப்பில் முக்கிய இடம் பெற்றிருந்த ராமநாதபுரத்துத் தலைவர்களில் ஒருவரான சிங்கம் செட்டி கொல்லப்பட்டார். இதனால் தெற்கில் மருதுசகோதரர்கள் துவங்கிய முதல் கிளர்ச்சி தொய்வடைந்து நின்றது. ஆயுதங்களைக் கைப்பற்றிச் செல்வதில் அக்கறை காட்டிய கிளர்ச்சியாளர்களின் செயல்பாடுகளால் கும்பெனி விழிப்படைந்தது.

மருதுசகோதரர்களைப் போலவே விருப்பாச்சி பாளையக்காரராக இருந்த கோபால நாயக்கர் ஆங்கிலேயர்களுக்கு எதிராக ஒரு கூட்டமைப்பை திண்டுக்கல்லில் உருவாக்கினார். மணப்பாறை, தெல்லிக்கோட்டை நாயக்கர்களை கூட்டமைப்பில் ஒன்றிணைத்தவர் தன் தூதுவர்கள் மூலம் ஸ்ரீரங்கப்பட்டிணத்தில் இருந்த திப்பு சுல்தானின் உதவியையும் கோரிப் பெற்றார்.

தளபதி ஹாஜிகான் தலைமையில் திப்பு சுல்தான் தன்னுடைய படையை அனுப்பி வைத்தார். அதன் துணையோடு திண்டுக்கல் கூட்டமைப்பின் புரட்சியாளர்கள் கோபால நாயக்கரின் மேற்பார்வையில் அணி திரண்டனர். ஆங்கிலேயர்களின் முகாம்களுக்குள் நுழைந்து ஆயுதங்களைக் கைப்பற்றியதோடு உணவுப் பொருள்களையும் அள்ளிக்கொண்டு வந்தனர். இதனால் கோபம்கொண்ட கும்பெனி திப்புவின் படைக்குத் தலைமை ஏற்று வந்த ஹாஜிகானை எச்சரித்தும், கோபால நாயக்கரை மிரட்டியும் பணியவைக்கப் பார்த்தது. அவர்களின் பாட்சா பலிக்கவில்லை.

இந்நிலையில் மைசூர் போர் முடிவுக்கு வந்து ஆங்கிலேயர்கள் அப்போரில் வெற்றி வாகை சூடினர். அதன்பின் பாளையக் காரர்களை ஒடுக்கும் பணியில் அவர்கள் முழு மூச்சுடன் இறங்கினர். அவர்கள் அடக்குமுறையை அதிகரிக்க, அதிகரிக்க கிளர்ச்சியின் வேகமும் அதிகமானது.

கிளர்ச்சியாளர்கள் எளிதில் முடக்கப்பட்டதற்கு தனித்தனி கூட்டமைப்பாக இருந்ததுதான் காரணம் என நினைத்த கோபால நாயக்கர் எல்லாக் கூட்டமைப்புகளையும் ஒன்றாகச் சேர்த்து பெரிய கூட்டமைப்பாக மாற்ற நினைத்தார். அதற்காக சிவகங்கை மருது சகோதரர்களையும், கேரள, கன்னட தேசத்துத் தலைவர்களையும் தொடர்புகொண்டு ஆலோசனை நடத்தினார். முன்னர் தாங்கள் உருவாக்கிய கூட்டமைப்பை மருதுசகோதரர்கள் ராமநாதபுரம், சிவகங்கைச் சீமையிலும், கோபால நாயக்கர் திண்டுக்கல்லிலும் வலுப்படுத்த கன்னட தேசத்தில் துண்டாசியும், கிருஷ்ணப்ப நாயக்கரும், கேரளாவில் கேரளவர்மனும் தலைமையேற்று புதிய கூட்டமைப்பை உருவாக்கினர். கூட்டமைப்பினை இணைக்கும் தொடர்பாளர்களாக இருந்த ஈரோடு மூதூர் சின்னனும், கானிசகானும் கோயம்பத்தூர், சேலம் தேசபக்தர்களுக்கு தலைவர்களாக இருந்து செயல்பட்டனர். கூட்டமைப்பின் ஆலோசனை முகாமாக விருப்பாச்சி கோட்டை இருந்தது.

தனித்தனி கூட்டமைப்பாக இருந்தவைகள் முழுமை பெற்ற கூட்டமைப்பாக மாறிய பின் அந்தந்தப் பகுதிகளைச் சேர்ந்த கூட்டமைப்பின் தலைவர்கள் ஆங்கிலேயர்களுக்கு எதிரான செயல்பாடுகளை ஆரம்பித்தனர். பழைய ஆயுதங்களைச் சரி செய்தும், புதிய ஆயுதங்களைத் தயார் செய்தும், கும்பெனியின் ஆயுதக் கிடங்குகளில் இருந்து ஆயுதங்களைக் கைப்பற்றியும் தங்களைத் தயார் செய்துகொண்டிருந்தனர். இதன் உச்ச கட்டமாக தெற்கில் கூட்டமைப் பிற்குத் தலைமைப் பொறுப்பேற்றிருந்த மருதுசகோதரர்கள் காளையார்கோவிலை ஆயுதக்கிடங்காகவே மாற்றியதோடு, தேவையான உணவுப் பொருள்களைத் தொண்டி துறைமுகம் வழியாகக் கொண்டுவந்தனர்.

தீபகற்பக் கூட்டமைப்புத் தலைவர்களின் முதல் கூட்டம் 1800ல் விருப்பாச்சி கோட்டையில் கூடி திட்டங்களை வகுத்தது. முதல் திட்டமாக ஒரே நேரத்தில் பல இடங்களைத் தாக்கி ஆங்கிலேயர்களை நிலைகுலைய வைக்கும் நோக்கில் அவர்களின் கோட்டையாகவும், கூட்டமைப்பின் தொடர்பு மையமாகவும்

இருக்கின்ற கோயம்பத்தூரைக் கைப்பற்றுவது என முடிவானது. அதை கோபால நாயக்கர் தலைமையிலான திண்டுக்கல் படை வழிநடத்துவது எனவும், அதற்குத் தேவையான குதிரைப்படை வீரர்களை கானிசகான் மூலம் கொண்டுவந்து சேர்ப்பது எனவும் முடிவு செய்யப்பட்டது. இரண்டாவது திட்டமாக ராமநாதபுரத்தில் போட்டி அரசை நிறுவிக்கொண்டு சிவகங்கை மற்றும் திண்டுக்கல் படை இணைந்து சிறைக்கூடங்களைத் தாக்கி தேச பக்தர்களை விடுவிப்பது எனவும், அதற்குத் தேவையான குதிரைப்படை வீரர்களை கன்னட தேசத்துக்குப் பொறுப்பு வகிக்கும் துண்டாசி அனுப்பி உதவுவது என முடிவு செய்யப்பட்டது. 3-6-1800 அன்று திட்டங்களைச் செயல்படுத்துவதற்கான நாளாகக் குறிக்கப் பட்டது.

கூட்டமைப்புத் தலைவர்களின் நடவடிக்கைகளும், கேரளம், கன்னடம் ஆகிய தேசங்களில் நிலவிவந்த அமைதியின்மையும் கும்பெனிக்கு சந்தேகத்தை உண்டு பண்ணியது. எதற்கும் முந்திக் கொள்வது நல்லது என எண்ணிய ஆங்கிலேயர்கள் தங்கள் படையை கன்னடத்திற்குள் நுழைத்தனர். கும்பெனிப் படைகளின் அட்டூழியம் கண்டு கொதித்தெழுந்த கிளர்ச்சியாளர்களை ஒருங்கிணைத்து துண்டாசியும், கிருஷ்ணப்ப நாயக்கரும் எதிர் தாக்குதலை ஆரம்பித் தனர். அதேநேரம், திட்டமிட்டபடி கோயம்பத்தூரைக் கைப்பற்றும் முயற்சிக்கும் ஆயத்தமாயினர். ஆங்கிலேயர்களை வெற்றிகொண்டு துண்டாசி முன்னேறி வந்தார். ஆனால், நினைத்ததற்கு மாறாக ஸ்டீபன்சன் தலைமையிலான கும்பெனிப்படை அவரை வேட்டையாடிக் கொன்றது. துண்டாசியின் இறப்பு கூட்டமைப்பிற்கு பெரும் இழப்பானது.

குறிக்கப்பட்ட நாளுக்கு ஒரு மாதத்திற்கு முன்பே மாறு வேடங்களில் கோயம்பத்தூருக்குள் நுழைந்திருந்த கிளர்ச்சி யாளர்கள் பல இடங்களிலும் பதுங்கி இருந்தனர். மையம் கொண்டிருக்கும் புயல் கரையைக் கடக்கும் நாளுக்காக காத்திருக்கும் செய்தி ஆங்கிலேயர்களுக்குத் தெரியவர அதைத் தடுக்கும் முயற்சியில் படைகள் களமிறக்கப்பட்டன. பதுங்கி இருப்பவர்களை அடையாளம் காணும் முயற்சிகள் தீவிரப் படுத்தப்பட்டதோடு பலர் கைது செய்யப்பட்டு தூக்கிலிடப் பட்டனர். தப்பிய சிலர் காடுகளில் சென்று பதுங்கினர். கைக்கூலிகளின் மூலமும், கோயம்பத்தூர் முற்றுகை சம்பந்தப் பட்ட விசாரணைகளின் மூலமும் கிளர்ச்சியாளர்கள் சில கூட்டுத்

திட்டங்களை செயல்படுத்த இருப்பது கும்பெனிக்குத் தெரிய வந்தது. இதனால் கன்னடத்தில் தூண்டாசியை வெற்றிகொண்ட ஆங்கிலேயப் படைகள் அங்கிருந்து கேரளாவிற்குள் நுழைந்தன. மலபார் பகுதி கைக்கூலிகள் மூலம் தேசபக்தர்கள் பலரைக் கைது செய்த போதிலும் கேரளவர்மனும், கிளர்ச்சியாளர்களும் கடுமையான எதிர்தாக்குதல்களை நடத்தினர். தெல்லிக்கோட்டை யாதுல நாயக்கரோடு இணைந்து கோபால நாயக்கர் வரிகொடா இயக்கத்தைத் துவக்கினார். காடுகளில் பதுங்கியிருந்த கிளர்ச்சி யாளர்களின் துணையோடும், இதர தேசபக்தர்களின் ஒத்துழைப் போடும் திண்டுக்கல்லில் வெற்றி பெற்ற வரிகொடா இயக்கம் திருச்சிவரை முன்னேறி வந்தது. இதைத் தடுத்து நிறுத்துவதற்காக திருநெல்வேலியில் முகாமிட்டிருந்த கும்பெனிப் படைகள் திருச்சிக்கு திருப்பி விடப்பட்டன.

கோயம்பத்தூர் முற்றுகைப் போராட்டத் தோல்வி, துண்டாசியின் இறப்பு, மலபார் இயக்கப் போராட்டத்தை முன் கூட்டியே கணித்து ஆங்கிலேயர்கள் நடத்திய தாக்குதல்கள் ஆகியவைகளைக் கண்டு கிளர்ச்சியாளர்கள் மனம் கலங்கி நிற்கவில்லை. மாறாக, தங்களின் இரண்டாவது திட்டத்தை செயல்படுத்துவதற்கான நடவடிக்கைகளில் தீவிரம் காட்டத் தொடங்கினர். திருநெல்வேலியில் இருந்த கும்பெனிப் படைகள் திருச்சிக்குப் போயிருந்த சமயத்தில் தங்களின் திட்டத்தினை செயல் படுத்துவதற்கு முடிவு செய்தனர். காடுகளிலும், குன்றுகளிலும் பதுங்கியிருந்த கிளர்ச்சிப் படைகளைச் சேர்ந்தவர்கள் இருள் சூழ்ந்த வேளையில் பாளையங்கோட்டை சிறையை நோக்கிப் பாய ஆயத்தமாயினர்.

சிறையில் இருந்து தப்பிய ஊமைத்துரை

கட்டபொம்மன் தூக்கிலிடப்பட்ட பின் அவரது தம்பி ஊமைத் துரையையும், உறவினர்கள் பதினேழு பேரையும் பாளையங் கோட்டை சிறையில் கும்பெனி அடைத்தது. கடும் துன்பங்களுக்கு அவர்கள் உள்ளாக்கப்பட்டனர். இவர்களைச் சிறையில் இருந்து மீட்கும் மருதுசகோதரர்களின் முயற்சி தோல்வியடைந்தது.

சிறையில் இருந்தபோதும் தனது பாளையத்து மக்களோடு ஊமைத்துரை தொடர்பில் இருந்துவந்தார். சிறைவாசிகளுக்காக விறகு சேகரிக்கச் செல்பவர்கள் மூலம் கிளர்ச்சியாளர்களுக்குத் தகவல்களைத் தெரிவித்து வந்தார். பலவிதமான கடிதத்

தொடர்புகளுக்குப் பின் மிகப்பெரிய திட்டம் வகுக்கப்பட்டது. இருநூறுக்கும் மேற்பட்ட கிளர்ச்சியாளர்கள் பக்தர்கள்போல வேடமிட்டு பாஞ்சாலங்குறிச்சி நோக்கி வந்தனர். வாள் வீசுதல், வேல் எறிதல், வில் போர் புரிதல், சிலம்பம், மற்போர் புரிவதில் வல்லவர் என திறன் பல படைத்த அவர்கள் தனித்தனி குழுக்களாகப் பிரிந்து சென்றனர்.

மறைத்து வைக்கப்பட்ட ஆயுதங்களுடன் விறகுவெட்டி களாகவும், புல்கட்டு விற்பவர்களாகவும், பிச்சைக்காரர்களாகவும் வேடமிட்டு பாளையங்கோட்டைக்குள் நுழைந்தவர்கள் அங்குமிங்கும் சுற்றித் திரிந்தபடி இருந்தனர். அவர்கள் கோட்டைக்குள் நுழைய ஏதுவாக இறந்தவர்களுக்கான ஈமக்கடன் செய்வதற்கான அனுமதியை முன்கூட்டியே சிறை நிர்வாகத்திடம் ஊமைத்துரை வாங்கி இருந்தார். அதற்கென வாங்கப்பட்ட பொருள்களுக்குள் ஆயுதங்களை பதுக்கி வைத்து சந்தேகம் வராதபடி கிளர்ச்சியாளர்கள் சிறைக்குள் இருப்பவர்களிடம் அவைகளைக் கொண்டுசேர்த்தனர்.

மறுநாள் பகல் கழிந்து சூரியன் மறைவதற்கு முன் சிறைச் சாலையை நெருங்கி இருந்த கிளர்ச்சியாளர்கள் ஊமைத்துரையின் சிக்னலுக்காகக் காத்திருந்தனர். சமிஞ்ஞை கிடைத்ததும் வாசலில் காவலுக்கு இருந்த சிறைக்காவலர்களைத் தாக்கிவிட்டு கிளர்ச்சியாளர்கள் உள்ளே புகுந்தனர். எதிர்பாராத தாக்குதலினால் காவலர்கள் நிலைகுலைந்து போயினர். சிலர் கொல்லப்பட்டனர். சிறைக்கதவுகள் சிதறி விழுந்தன. ஊமைத்துரையும், அவரோடு சிறையில் இருந்தவர்களும் வெளியே வந்தனர். கிளர்ச்சி யாளர்களால் கொண்டுவரப்பட்டிருந்த குதிரைகளில் ஏறி சிட்டாய் பறந்தனர்.

தாக்குதல்களில் இருந்து தப்பிய சிறைக்காவலர்கள் சிறைச் சாலையில் இருந்து ஒன்றரை கிலோ மீட்டர் தொலைவிற்குள் இருந்த தளபதி மேஜர் மெக்காலேயிடம் தகவல் தெரிவிக்க ஓடினர். தகவல் அறிந்ததும் மெக்காலே கொதித்துப் போனான். தப்பி ஓடியவர்களை ஓடிக்கொண்டிருக்கும்போதே சிறைப்பிடித்து விடவேண்டும் என நினைத்தவன் குதிரைப்படை வீரர்களை அனுப்பி வைத்தான்.

சிறையில் இருந்து தப்பியவர்கள் அடங்கிய இடத்தில் இருந்தே மீண்டும் கிளம்புவது என்ற முடிவோடு சென்றுகொண்டிருந்தனர்.

வழியில் மேலும் பல கிளர்ச்சியாளர்கள் ஆயுதங்களுடன் சேர்ந்து கொண்டனர். பின்தொடர்ந்து வந்த கும்பெனியின் குதிரைப்படை வீரர்களை ஊமைத்துரையும், அவரது வீரர்களும் சிறு, சிறு குழுக்களாகப் பிரிந்து தாக்கினர். தாக்குதல்களை எதிர்கொள்ள முடியாமல் அப்படைவீரர்கள் பின் வாங்கி மீண்டும் பாளையங் கோட்டைக்கே திரும்பினர்.

பாஞ்சாலங்குறிச்சியின் வல்லநாடு மலையை வந்தடைந்த ஊமைத் துரையும், மற்றவர்களும் சேவல் கூவும் நேரத்தில் பாஞ்சாலங் குறிச்சியை வந்தடைந்தனர். அந்த விடியல் கும்பெனிக்கும், பாளைய மக்களுக்கும் புதியதொரு விடியலாக அமைந்தது. பாஞ்சாலங் குறிச்சியைத் தங்கள் வசப்படுத்திய கிளர்ச்சியாளர்கள் செவத்தையாவை பாளையக்காரராக அறிவித்தனர். இடித்துத் தரைமட்டமாக்கப் பட்டிருந்த கோட்டை மீண்டும் எழுந்து நிற்க ஆரம்பித்தது.

ஷெப்பர்டு, வெசி ஆகிய இரு துணைத்தளபதிகள் தலைமையில் சீவலப்பேரி, சங்கரநயினார் கோவிலில் முகாமிட்டிருந்த கும்பெனிப் படைகளை கயத்தாறு நோக்கி வருமாறு மெக்காலே கட்டளையிட்டான். தன் பொறுப்பில் இருந்த படைகளுடன் அவனும் கயத்தாறு வந்து சேர்ந்தான். ஆற்காடு நவாப்பின் குதிரைப்படை வீரர்களும் அவர்களோடு இணைந்தனர். கயத்தாறில் இருந்து இரவோடு இரவாக கிளம்பிய அப்படைகள் பாஞ்சாலங்குறிச்சிக்குத் தென் மேற்கே ஆறு கிலோ மீட்டர் தொலைவில் இருக்கும் குலையநல்லூரில் முகாமிட்டன. 1801 பிப்ரவரி 2ல் ஊமைத்துரை சிறையில் இருந்து தப்பிய அடுத்த ஐந்தாம் நாள் அதாவது பிப்ரவரி 7ல் ஆயிரத்தி அறுநூறு வீரர்கள், வெடிமருந்துகள், துப்பாக்கிகள், பீரங்கிகள் என வலிமை வாய்ந்த கும்பெனிப் படை தாக்குதல் தொடுப்பதற்கான ஆயத்தங்களுடன் தயார் நிலையில் இருந்தது.

இந்தச் செய்தி கிடைத்ததும் ஆயிரத்திற்கும் மேற்பட்ட வீரர்களுடன் கிளர்ச்சிப்படை இருள் கவிழ்ந்த நேரத்தில் குலையநல்லூர் முகாமைத் தாக்க ஆரம்பித்தது. தாக்குதலை சமாளிக்க முடியாமல் கும்பெனி மற்றும் கூலிப்படைகள் புறமுதுகிட்டு ஓடத் தொடங்கின. இரவோடு இரவாக பாளையங் கோட்டைக்குச் சென்றுவிடும் அவசரத்தில் பின்வாங்கிய படைகளை கிளர்ச்சிப் படை வீரர்கள் குறுக்கிட்டுத் தாக்கினர். தலை வேறு முண்டம் வேறு என வெட்டி வீழ்த்தி

ஆங்கிலேயர்களை குலையநல்லூரில் குலை நடுங்க வைத்தனர். வேறு வழி இல்லாத நிலையில் படைகளை மீண்டும் பாளையங் கோட்டைக்குத் திரும்ப மெக்காலே உத்தரவிட்டான்.

மருதுசகோதரர்களால் மதுரை, ராமநாதபுரத்தில் இருந்து திரட்டப் பட்ட முப்பதாயிரத்துக்கும் மேற்பட்ட வீரர்கள் அக்கிளர்ச்சியாளர் களுடன் இணைந்தனர். கடற்கரை பரதவர்கள் மூலம் ஆயுதங்கள் திரட்டப்பட்டன. கூட்டமைப்பின் துணையோடும், பலத்தோடும் முன்னேறிய கிளர்ச்சியாளர்கள் ஆழ்வார் திருநகர், ஸ்ரீவைகுண்டம், நாகலாபுரம், கோலார்பட்டி, கடல்குடி, குளத்தூர், ஏழாயிரம் பண்ணை ஆகிய இடங்களிலிருந்த சிறைக்கூடங்களைத் தாக்கி வீரர்களை விடுவித்தனர். பிப்ரவரி இறுதிக்குள் அப்பகுதிகளைத் தங்களின் கட்டுப்பாட்டிற்குள் ஊமைத்துரை தலைமையில் திரண்டிருந்த கிளர்ச்சியாளர்கள் கொண்டுவந்தனர். கட்டபொம்மன் மறைவுக்குப் பின் வெள்ளையர்கள் கைப்பற்றி இருந்த பாஞ்சாலங்குறிச்சிப் பாளையத்தின் பெரும் பகுதி மீண்டும் கிளர்ச்சி யாளர்களால் மீட்டெடுக்கப்பட்டது.

படைக்கருவிகளைப் பெருக்குவதில் கிளர்ச்சியாளர்கள் தீவிரம் காட்டினர். ஆங்கிலேயர்கள் பல்வேறு இடங்களில் ஆயுதங்களைச் சேகரித்து வைத்திருந்தனர். ஸ்ரீவைகுண்டமும், தூத்துக்குடியும் முக்கியமான இடங்களாகும். அவ்விரு இடங்களையும் தாக்கித் தன் வசப்படுத்திய கிளர்ச்சியாளர்கள் ஆயுதங்களை அள்ளிக்கொண்டு பாஞ்சாலங்குறிச்சிக்குத் திரும்பினர்.

திருநெல்வேலியின் படைத்தளபதி மெக்காலே கிளர்ச்சி யாளர்களுக்கு உதவி செய்தாலோ, ஆயுதம் தாங்கினாலோ, தரித்தாலோ கடும் தண்டனை வழங்கப்படும் என பிரகடனம் செய்தான். தனது பொறுப்பில் இருந்த ஒட்டு மொத்த படைகளையும் பாஞ்சாலங்குறிச்சிக்கு குறுக்கே ஆறுமைல் தொலைவில் இருந்த கடையநல்லூருக்குச் செல்ல உத்தர விட்டான். செல்லும் வழியில் நொறுங்கிக் கிடந்த பாஞ்சாலங் குறிச்சி கோட்டை முன்னிலும் உறுதியாக ஒரே வாரத்தில் வலிமையுடன் எழுந்து நின்றவிதம் அவர்களை ஆச்சர்யப்பட வைத்தது. கோட்டையைக் கட்டிய விதம் குறித்து ஆராயும் வரலாற்றாய்வாளர்கள் அதன் கட்டுமான வேகம் குறித்து இன்றளவும் வாய் பிளந்து நிற்கின்றனர். ஒட்டப்பிடாரம் கோயிலைக் கைப்பற்றும் முயற்சியில் தோற்ற கும்பெனிப் படை மிகப்பெரும் சேதத்தையும் எதிர்கொண்டது.

தங்களின் ஆட்சிப் பகுதிகளை இழந்தும், ஆயுதங்களைப் பறி கொடுத்தும், வீரர்களை இழந்தும் நின்ற கும்பெனிப் படைகளால் கிளர்ச்சியாளர்களை எதிர்கொள்ள முடியாத நிலை உருவானது. எப்படியும் ஊமைத்துரையை வீழ்த்திவிடவேண்டும். சிறைபிடித்து விட வேண்டும் என்பதில் மெக்காலே உறுதியாய் இருந்தான். கூடுதல் படைகள் கேட்டு மேலிடத்திற்கு கடிதங்களை அனுப்பினான்.

மெக்காலேவின் கோரிக்கையை ஏற்ற கும்பெனி திருச்சி, மதுரை, ராமநாதபுரம் பகுதிகளில் முகாமிட்டிருந்த படைகளை பாளையங் கோட்டைக்கு அனுப்பியது. ஆங்கிலேயர்களை மட்டுமே கொண்டிருந்த கும்பெனிப் படைகளோடு உள்ளூர் ஆதரவுப் படைகளும் இணைக்கப் பட்டன. வேலுத்தம்பி தளவாயின் தலைமையில் திருவிதாங்கூர் படை சங்கரநயினார் கோவிலில் அவர்களோடு இணைந்தது. எல்லாப் படைகளும் மார்ச் மாதம் 29 ம் தேதி கயத்தாறை வந்தடைந்தன. பத்துக்கும் மேற்பட்ட படைத் தளபதிகள், நான்காயிரத்திற்கும் மேற்பட்ட வீரர்கள் அப்படையில் இருந்தனர்.

கும்பெனிப் படைகளின் வருகையை அறிந்த ஊமைத்துரை கோட்டையைப் பலப்படுத்தியதோடு அவர்களை வழியிலேயே எதிர்கொண்டு தாக்கவும் தன் வீரர்களுக்கு உத்தரவிட்டான். மார்ச் 30ல் மெக்காலே கயத்தாறில் இருந்து ஒட்டு மொத்த படைகளுடன் பாஞ்சாலங்குறிச்சி நோக்கி கிளம்பினான். வெடிகுண்டுகள், துப்பாக்கிகள், பீரங்கிகள் சகிதம் முன்னேறி வந்த படையை ஊமைத்துரையின் படைகள் எதிர்கொண்டு தாக்க ஆரம்பித்தன. பாஞ்சாலங்குறிச்சி வீரர்களின் குத்தீட்டிகளுக்கு முன் ஆங்கிலேயர்களின் குண்டுகளால் ஒன்றும் செய்ய முடியவில்லை. வாள்களைக் கையிலேந்திய வீரர்களுக்கு எதிரிகளின் தலைகள் தரை வார்க்கப் பட்டன.

எதிர்பாராத திடீர் தாக்குதல்களினால் தன் இரண்டு தளபதிகள், எழுபது வீரர்கள், பதினாறு குதிரைகளை இழந்த கும்பெனிப் படை மருண்டு போனது. பாஞ்சாலங்குறிச்சியை நோக்கிய அவர்களின் முன்னேற்றம் அவ்வளவு எளிதாக இருக்கவில்லை. சீறிவந்த ஈட்டிகளும், கொடுவாளும், கத்திகளும், குத்தீட்டிகளும் அவர்களை குலைநடுங்க வைத்தன. புதர்களின் மறைவில் பதுங்கி இருந்து புற்றீசல்களாய் கிளம்பிவந்த கிளர்ச்சியாளர்களைக் கண்டு ஆங்கிலேயர்கள் வெலவெலத்துப் போயினர். ஆயினும் படை

பலம், ஆள் பலம் மூலம் எதிர் தாக்குதல்களை சமாளித்து பாஞ்சாலங்குறிச்சி நோக்கி கும்பெனிப்படைகள் முன்னேறி வந்தன.

இரவு நெருங்கி விட்டதால் பாஞ்சாலங்குறிச்சிக்கு வட மேற்கே சுமார் 15 கி.மீ. தொலைவில் இருக்கும் பசுவந்தனையில் தனது படைகளோடு மெக்காலே முகாமிட்டான். எட்டப்ப நாயக்கரின் படைகளும் அங்கு வந்து சேர்ந்துகொண்டது. மறுநாள், மார்ச் 31ல் படைகளை பாஞ்சாலங்குறிச்சி நோக்கிச் செல்ல மெக்காலே கட்டளையிட்டான். பாஞ்சாலங்குறிச்சி கோட்டைக்கு ஒன்றரை கி.மீ. தொலைவில் இருந்த ஆத்தலோடை என்ற இடத்தில் பாசறை அமைத்து படைகள் முகாமிட்டன.

ஊமைத்துரையின் வீரர்களும், இதர கிளர்ச்சியாளர்களும் அந்நியப் படைகளை எதிர்கொள்வதற்கான ஆயத்தங்களோடு இருந்தனர். பனஞ்சாறும், மண்ணும் கலந்து கட்டி இருபக்கம் 500 அடி நீளமும், மறுபக்கம் 300 அடி நீளமும் பெற்று 12 அடி உயரம்கொண்ட சுவருடன் பலமிக்கதாக நின்ற பாஞ்சாலங்குறிச்சி கோட்டையைத் தகர்த்தெறிய அதன் மேற்குப் பகுதியில் 600 கெஜ தூரத்தில் 400 அடி நீளம், 15 அடி அகலம், 16 அடி உயரம்கொண்ட பெரிய மேட்டை எழுப்பி அதன்மீது பீரங்கிகளை நிறுத்திய மெக்காலே தன் படைகளோடு அங்கு நின்றுகொண்டான்.

காலை எட்டரை மணியில் இருந்து பகல் 12 மணிவரை பீரங்கிக் குண்டுகளால் சுடப்பட்டும் கோட்டையில் சிறு விரிசலைக்கூட அவர்களால் உருவாக்க முடியவில்லை. இதனால் பீரங்கிகளை கோட்டைக்கு இன்னும் நெருக்கமாக கொண்டுசென்று சுட உத்தர விட்டான். மாறி, மாறி வந்து விழுந்த குண்டுகளால் கோட்டையின் வட மேற்குச் சுவர் உடைய ஆரம்பித்தது. வடக்கில் பீரங்கிகள் குண்டு மழை பொழிய தெற்கில் குதிரைப்படையும், கிழக்கில் எட்டயபுரப் படைகளும் சூழ்ந்து நின்றன.

கோட்டையில் ஏற்பட்ட வெடிப்பினுள் நுழைந்து கும்பெனிப் படைகள் உள்ளே நுழைய முயன்றன. கோட்டைக்குள் புக முயன்றவர்கள் முண்டங்களாகிச் சரிந்தனர். பாளையப்படையினர் கோட்டைக்குள் இருந்துகொண்டு எறிந்த இருபது அடி நீள ஈட்டிகளுக்கு எதிரிப்படையினர் பலரும் பலியாயினர். போர்க்களம் பிணக்குவியல்களின் மேடானது. ரத்த ஆறு எங்கும் ஓடி உறைந்தது. தலைமை ஏற்று வந்த தளபதிகளில் சிலர்

கொல்லப்பட்டனர். மற்றவர்களுக்கு படுகாயம் ஏற்பட்டது. கட்டபொம்மனுடன் நடைபெற்ற போருக்கு பின் அம்மண்ணில் இம்முறைதான் கும்பெனிப்படை பலத்த அடிவாங்கி பது. எனினும் படைகள் தங்களின் நிலைகளுக்குத் திரும்பவில்லை. அவ்வப்போது பாஞ்சாலங்குறிச்சி வீரர்களாலும், கிளர்ச்சி யாளர்களாலும் திடீர் தாக்குதல்களை எதிர்கொள்ள நேர்ந்தபோதும் கும்பெனிப்படை ஆத்தலோடையிலேயே அரண் அமைத்து முகாமிட்டிருந்தது.

அக்னியூ தலைமையில் அக்னிப்போர்

திருநெல்வேலிச் சீமையில் கும்பெனிப் படைகள் தோல்வி கண்டு நிற்க விருப்பாச்சி கோபால நாயக்கர், தெல்லிக்கோட்டை யாதுல நாயக்கரோடு இணைந்து உருவாக்கிய வரிகொடா இயக்கமும், அதன் வீரர்களும் தங்களுடைய தாக்குதல்களைத் தீவிரமாக்கி இருந்தனர். இதனால் கூட்டமைப்பின் ஆலோசனை முகாமாக விளங்கிய விருப்பாச்சியையும், அதன் தலைவர் கோபால நாயக்கரையும் தாக்க கும்பெனி முடிவு செய்தது. அதற்கென கன்னட, கேரள தேசங்களை வெற்றிகொண்ட படைகள் அங்கு அனுப்பி வைக்கப்பட்டன. அப்படைகள் விருப்பாச்சி கோட்டையைத் தாக்க மற்ற பாளையக்காரர்களுடன் சேர்ந்து கோபால நாயக்கரும் எதிர் தாக்குதலை நடத்தினார். ஒரு கட்டத்தில் கும்பெனிப் படைகளின் பிடியிலிருந்து தப்பிப் பதுங்கிய கோபால நாயக்கரை கைக்கூலிகள் சிலர் காட்டிக் கொடுத்தனர். தொடர்ந்து தெல்லிக்கோட்டையை தாக்கிய ஆங்கிலேயர்கள் யாதுல நாயக்கரையும் தோற்கடித்தனர்.

தீபகற்பக் கூட்டமைப்பின் முக்கியத் தலைவர்களைத் தோற்கடித்து அதன் நிலைகளையும் கைப்பற்றிய ஆங்கிலேயர்கள் தங்களின் முழு கவனத்தையும் திருச்சி, தஞ்சை, ராமநாதபுரம் மாவட்டங்களை நோக்கித் திருப்பினர். ஏனெனில் கூட்டமைப்பின் கிளர்ச்சிப்படையினர் இவ்விடங்களில்தான் தீவிரமாக செயல் பட்டுக்கொண்டிருந்தனர்.

அதேசமயம் பாஞ்சாலங்குறிச்சிப் போரில் தோற்றிருந்த ஆங்கிலேயர்கள்தங்களின் இழந்த புகழை மீட்கவும், வலிமையைக் காட்டவும் அடுத்த கட்ட தாக்குதலுக்கு ஆயத்தமாகினர். தோல்வி அடைந்து ஆத்தலோடையில் முகாமிட்டிருந்த படைகளோடு கூடுதல் படைகளும், கனரக பீரங்கிகளும் கொண்டுவந்து

குவிக்கப்பட்டன. அப்போதைய ஆளுனராக இருந்த கிளைவ் சென்னை, திண்டுக்கல், ஆற்காடு, திருச்சி, கேரளா முதலிய இடங்களில் நிலைகொண்டிருந்த மொத்தப் படைகளையும் பாஞ்சாலங்குறிச்சி நோக்கித் திருப்பி விட்டான். இவைகளோடு குதிரைப்படைகளும், கைக்கூலிகளின் படைகளும் திரண்டு வர கர்னல் அக்னியூ தலைமையில் மே 24ல் பாஞ்சாலங்குறிச்சி கோட்டை மீதான தாக்குதல் மீண்டும் தொடங்கியது. போர் நிறுத்த சமயத்தைப் பயன்படுத்தி பாஞ்சாலங் குறிச்சிப் படையினரும் ஆயுதங்களைக் கோட்டை மதில்களின் மேலேற்றி தயார் நிலையில் வைத்திருந்தனர். வாள், ஈட்டி, கத்தி ஆகியவைகளோடு துப்பாக்கி குண்டுகளும் முழங்கின. போர் சமயத்தில் வேகமான காற்றுடன் கூடிய மழையாலும், ஆங்கிலேயர்களின் கனரக பீரங்கிகள் இருபுறமும் நின்று தொடர்ந்து தாக்கியதாலும் கோட்டை பிளவு பட்டு விழ ஆரம்பித்தது.

கோட்டையின் பிளவுகளை வாசலாக்கி நுழைந்த கும்பெனிப் படையை உக்கிரமாக எதிர்கொண்ட வீரர்கள் அவர்களை வெட்டிச் சாய்த்தனர். தற்காப்பு அரண்களாக பெரிய மரங்களை வெட்டிச் சாய்த்தும், ஆழமான பதுங்கு குழிகளை உண்டாக்கியும் அதன் பிண்ணனியில் இருந்துகொண்டு பாளையப் படையினர் உக்கிரத் தாக்குதல் நடத்தினர். கோட்டைக்குள் பதுங்கு குழிகளை அமைத்துப் பதுங்கி இருந்த கிளர்ச்சியாளர்களும், பாளையப் படையினரும் தாக்கியதில் பலநூறு ஆங்கிலேய வீரர்கள் செத்து விழுந்தனர். இதனால் செய்வதறியாது திகைத்து நின்ற அக்னியூவுக்கு எட்டப்ப நாயக்கர் ஒரு யோசனை தெரிவித்தான். அவன் யோசனைப்படி சுரைக் குடுவைக்குள் மிளகாய் வற்றல்கள், கரு மருந்துகள், மயக்க மருந்துகள் ஆகியவைகளைப் போட்டு நெருப்பைப் பற்ற வைத்து கோட்டைக்குள் வீசப்பட்டன. அதிலிருந்து கிளம்பிய புகையினால் பதுங்கு குழிகளுக்குள் பதுங்கி இருந்த வீரர்களில் பலர் செத்து மடிந்தனர். அதன் பிறகு ஆங்கிலேயத் தளபதிகள் படைகள் சகிதம் கோட்டைக்குள் நுழைந்தனர்.

ஆயுதங்கள் கொஞ்சம் கொஞ்சமாக குறைந்துகொண்டே வந்தது. கூடவே கோட்டைக்குள் இருந்த மக்களும் தாக்குதல்களுக்கு உள்ளாகும் நிலைமை ஏற்பட்டது. இதனால் மக்களை பாதுகாப்பாக கோட்டையை விட்டு உடனே வெளியேற்றும்படி தன் வீரர்களுக்கு ஊமைத்துரை உத்தரவிட்டார். வெளியேறிய

மக்களை கும்பெனிப் படை ஈவு, இரக்கமின்றித் தாக்கியது. யுத்த தர்மத்துக்கு எதிராகக் குழந்தைகள், பெண்கள் என கையில் கிடைத்தவர்களை எல்லாம் கொன்று குவித்தனர். கோட்டையை விட்டு மக்களை முழுமையாக வெளியேற்றிய பின் வீரர்களோடு ஊமைத்துரையும் அங்கிருந்து தப்பினார். வடக்கிலும், கிழக்கிலுமாக பிரிந்து சென்றவர்களில் பிடிபட்டவர்களை அக்னியூ கோட்டையிலேயே வைத்துக் கொன்றான். தப்பிய கிளர்ச்சியாளர்களில் பலர் திருநெல்வேலிக்கு வடக்கே சென்றனர். எஞ்சியவர்கள் மேற்கு மலைப் பகுதிகளுக்குள் மறைந்தனர்.

-11-

எல்லைகளைக் கடந்த கிளர்ச்சி

கி.பி. 1801 மே மாதத்தில் கிளர்ச்சியாளர்கள் வட மாகாணங்களில் திரண்டனர். ஒருபக்கம் ஊமைத்துரை அணி திரட்டி ஆங்கிலேயர்களை எதிர்த்து நிற்க மறுபுறம் மருதுசகோதரர்களும் களத்தில் இறங்கினர். பாதிக்கப்பட்ட பாளையத் தலைவர் களையும், மக்களையும் இணைத்து படைகளைத் திரட்டினர். தங்களின் ஆயுதக்கிடங்காகத் திகழ்ந்த காளையார்கோவிலில் புதைத்து வைத்திருந்த ஆயுதங்களை வெளியே எடுத்தனர். திருப்பத்தூர், நத்தம், திருநெல்லூர் பகுதிகளைத் தன் வசப்படுத்தியவர்கள் ராமநாதபுரத்திற்கு மீனங்குடி முத்துக் கருப்பத் தேவரை தலைவராக அறிவித்தனர்.

மறவர் பகுதியில் சித்திரங்குடி சேர்வைக்காரர் மயிலப்பன், புத்தூர் ஆகியோர் கிளர்ச்சியின் வேகத்தை தீவிரமாக்கினார். அரசாங்கத்தின் நெற்கிடங்குகளைக் கொள்ளையிட்டனர். தகவல் தொடர்புகளைத் துண்டித்தனர். கிளர்ச்சியாளர்கள் தங்கள் கட்டுப்பாட்டில் இருந்த கடற்கரையைப் பயன்படுத்தி தொண்டி துறைமுகம் வழியாக ஆயுதங்கள், வெடிபொருள்கள், உணவுப் பொருள்கள், தானியங்களைக் கொண்டுவந்து சேர்த்தனர்.

ராமநாதபுரம், சிவகங்கை மட்டுமல்லாது மதுரை, திண்டுக்கல் சீமைகளிலும் இக்கிளர்ச்சி பரவியது. கும்பெனியின் சொத்துகள் அழிக்கப்பட்டதுடன் அவர்களுக்கு வருவாய் வரும் வழிகளும் அடைக்கப்பட்டன. மதுரையில் உள்ள பளைய நாட்டை ஊமைத்துரை தாக்கிக் கைப்பற்ற கள்ளர் பழங்குடியினர் மதுரையின் மேற்குப் பகுதிகளைக் கைப்பற்றினர். பாஞ்சாலங் குறிச்சியிலிருந்து தப்பி வந்த வீரர்கள் வேலப்பன் தலைமையிலான கிளர்ச்சியாளர்கள் ராமநாதபுரத்தைச் சுற்றியிருந்த பெரும் பகுதிகளை தங்களின் கட்டுப்பாட்டிற்குள் கொண்டுவந்தனர்.

இந்த எழுச்சி *1801* ஜூனில் காவிரிப்படுகைகளுக்கும் பரவியது. பெரிய மருதுவின் மகன் செவத்த தம்பி தலைமையில் தஞ்சையை நோக்கி படைகள் அணி வகுத்தன. கிளர்ச்சியாளர்கள் புகுந்த இடங்களில் எல்லாம் வெற்றிக் கொடியை நாட்டினர். பட்டுக் கோட்டையைக் கைப்பற்றியவர்கள் அறந்தாங்கி, அடியார்குடி, நாகூர் ஆகிய இடங்களைக் கைப்பற்றியதோடு அவ்விடங்களில் தங்களின் முகாம்களை அமைத்தனர். தன்னெழுச்சியாக இது நிகழ ஆரம்பித்திருந்தது.

ஆங்கிலேயர்களின் கோட்டை, கொத்தளங்களை கொரில்லாப் போர் முறையில் தாக்கியும், தகர்த்தும் கிளர்ச்சியாளர்கள் குழுக்களாக பல பக்கங்களிலும் நகர்ந்து வருவது கண்டு கும்பெனி அதிர்ச்சி அடைந்தது. கடற்கரைப் பகுதிகளில் பெரும்பகுதியைக் கைப்பற்றிய கிளர்ச்சியாளர்கள் கடலைத் தங்களின் கண் பார்வைக்கும், கட்டுப்பாட்டிற்கும் கொண்டுவர ஆங்கிலேயர் களுக்கு கிலி பிடிக்க ஆரம்பித்தது. இதனால் தங்களின் இறக்கு மதியைக்கூட அவர்கள் இலங்கைக்கு மாற்றினர். அந்த அளவுக்கு முழு வேகத்தோடு இருந்த கிளர்ச்சிப்படையினர் ராமநாதபுரம், திருச்சி, தஞ்சை ஆகிய இடங்களை மீண்டும் தங்களின் கைப்பிடிக்குள் கொண்டுவந்தனர். இந்நிலையில் ஆங்கிலேய ஆதிக்கத்தை வேரோடும், வேரடி மண்ணோடும் அகற்றிட சாதி, மத, இன வேறுபாடு கடந்து வாரீர் என நாட்டு மக்களுக்கு அறைகூவல் விட்ட மருதுசகோதரர்கள் அந்த அறிக்கையின் நகலை திருச்சி நவாப் அரண்மனை வாயிலிலும், ஸ்ரீரங்கம் கோவில் சுவரிலும் மக்களின் பார்வைக்கு ஒட்டி வைத்தனர்.

தங்களது முகாம்களைக் காக்க முடியாமலும், உணவுப் பொருள்களைத் திரட்ட முடியாமலும் எதிரிப்படைகள் திணறின. ஆங்கிலேயர்களின் வலிமை மீண்டும் சோதனைக்குள்ளாகியது.

உள்ளூர் கைக்கூலிகளின் படைகளை வைத்துக்கொண்டு இனி எதுவும் செய்ய முடியாது என நினைத்த கவர்னர் கிளைவ் முழுக்க முழுக்க ஐரோப்பாவிலிருந்து வரவழைக்கப்பட்ட ஆங்கிலேயப் படைகளின் மூலம் போரிட முடிவு செய்தான். தேவையான ஆயுதங்களோடு போர்வீரர்களும் கொண்டுவந்து குவிக்கப் பட்டனர். கூடுதல் பலம் பெறுவதற்காகவும், மேற்கூறிய சிக்கல்களில் இருந்து விடுபடுவதற்காகவும் கிளைவ் புதுக் கோட்டை தொண்டைமான், தஞ்சை அரசர்களது உதவிகளைப் பெற்றான். மிருகபலமும், அசுர பண்புகளும்கொண்ட மலேயா, இலங்கைப் படைகளும், வங்காளப் படைகளும் வரவழைக்கப் பட்டன.

1801 மே மாதத்தில் அக்னியூ தலைமையில் கிளர்ச்சியாளர்கள்மீது கும்பெனிப் படைகள் பெரிய அளவிலான தாக்குதல்களை ஆரம்பித்தது. மேஜர் ஷெப்பர்டு, மேஜர் கிரே தலைமையிலான படைகள் ஒன்றாக இணைந்து மருதுசகோதரர்களால் கைப்பற்றப் பட்ட கமுதி கோட்டையை மீட்க வந்தன. கமுதிக்குள் நுழைந்தவர்களில் பலர் கிளர்ச்சியாளர்களின் வாளுக்கு இரையாயினர். வரிப்புலியின் வேகத்தை வீரர்களின் வாள் வீச்சில் கண்ட ஆங்கிலேயர்கள் மிரண்டபோதும் ஆயுத பலத்தைக் கொண்டு கமுதிக் கோட்டையை மீட்டெடுத்தனர். அதன்பின் அப்படை திருப்புவனத்தை வந்தடைந்தது. ஜூன் 11 ம் நாள் மானாமதுரை, பார்த்திபனூர் வழியாக நுழைந்த அக்னியூவின் படை பரமக்குடியை மீட்டது.

சிவகங்கைச் சீமையில் முதன்முதலாக மருதுசகோதரர்களின் படைகளுக்கும், ஆங்கிலேயப் படைகளுக்குமிடையே திருப்புவனத்தில்தான் கடுமையான யுத்தம் மூண்டது. அங்கு வெற்றி பெற்ற ஆங்கிலேயர்கள் அப்படியே திருப்பாச்சேத்தி என்ற இடத்தில் மையங்கொண்டனர். கிளர்ச்சிப்படையினரின் கடுமையான தாக்குதலில் மேஜர் கிரே கொல்லப்பட்டான். பல முன்னணி போர்த்தளபதிகள் படு காயமுற்றனர். ஆங்கிலேயர்கள் இதை தங்களுடைய வலிமைக்கு விடப்பட்ட சவாலாகவே கருதினர்.

மானாமதுரை அருகில் நீர்நிலைகளைச் சுற்றிலும் அமைந்திருக்கும் கரைகளின் பின்புறமும், பழமனேரி ஆற்றின் எதிர்கரையிலும் பதுங்கியிருந்த கிளர்ச்சியாளர்கள் தாக்குதல்களைத் தொடுத்த படியே இருந்தனர். திசைகள் நாற்புறமிருந்தும் சீறி வந்த

வேலுக்கும், வாளுக்கும் உயிர் கொடுத்தும், எதிர் தாக்குதல்களை நடத்தியும் முன்னேறிவந்த கும்பெனிப் படை ஒரு கட்டத்தில் பின்வாங்கி ஜூன் 14ல் ராமநாதபுரத்தில் நிலைகொண்டது.

ராமநாதபுரத்தின் வடபகுதி முழுவதும் கிளர்ச்சியாளர்களின் பாசறைகளாகவும், பதுங்கு தளங்களாகவும் மாறிவிட்டதை தளபதி அக்னியூ கண்டான். வலிமையற்ற, பலவீனமான, தாமதமான தாக்குதல்கள் தங்களுக்கே ஆபத்தாக முடிந்துவிடக்கூடும் என நினைத்த அக்னியூ கிளர்ச்சியாளர்களின் வசம் சென்று கொண்டிருக்கும் மதுரையை திருநெல்வேலி, தஞ்சை, திருச்சி ஆகிய மூன்று பகுதிகளிலிருந்தும் ஒரே நேரத்தில் தாக்குதல் நடத்தி மீட்க முடிவு செய்தான். தன் வலிமையான ஒரே கோட்டையாக இருந்த திருமயம் கோட்டையைக் கொடுத்து புதுக்கோட்டை தொண்டைமான் உதவி செய்ய கும்பெனிப் படைகள் ஜூலை 9ல் மதுரையை நோக்கி விரைந்தன.

மறுபுறம், மலபாரில் இருந்து கிளம்பிய கர்னல் இன்ஸ் திண்டுக்கல் கிளர்ச்சியாளர்களைத் தாக்கி மதுரையை நோக்கி முன்னேறினான். ஜூன் 18ல் பிரான்மலையைத் தாக்கி தோல்வியடைந்து நத்தம் பகுதிக்குத் திரும்பினான். ஜூலை 4ல் சிங்கம்புணரி, மணப்பச்சேரி நோக்கி முன்னேறி வந்தவர்களை வழிமறித்த கிளர்ச்சியாளர்கள் கடுமையாகத் தாக்கினர். எதிர் நிற்க முடியாத கும்பெனிப் படைகள் பின்வாங்கி மீண்டும் புறப்பட்ட இடமான நத்தத்திற்கே வந்து சேர்ந்தன. இப்படைகளுக்கு உதவுவதற்காக அக்னியூ தன் படைகளுடன் திருப்பத்தூர் வழியாக வந்தான். அவர்கள் இணைந்துவிடாதபடி மருதுவும், ஊமைத்துரையும் தடுத்துத் தாக்கினர். ஆயினும் அந்த முயற்சி தோல்வியடைந்தது. இரு படைகளும் இணைந்து பெரும் படையாகி ஒக்கூரைத் தாக்க ஆரம்பித்தது. பகல் முழுவதும் நடைபெற்ற போருக்குப் பின் தங்கள் வசம் விழுந்த ஒக்கூரை கும்பெனிப் படை தீயிட்டுக் கொளுத்தியது.

ஒக்கூரை கைப்பற்றியதும் தங்களுடைய திட்டத்தையும், பாதையையும் மாற்றிக்கொண்டு மருதுசகோதரர்களின் தலைநகராக விளங்கிய சிறுவயல் நோக்கி கும்பெனிப் படை பாய்ந்தது. அவர்களைத் தடுத்து நிறுத்துவதற்காக மருதுவின் வீரர்கள் சிறுவயலை தாங்களே தீயிட்டுக் கொழுத்தினர். தீயின் வெப்பத்தில் எதிர்த்து வந்த கும்பெனிப் படையினர் திசைக்கொரு பக்கமாக சிதறி ஓடத் தொடங்கினர். மருது சகோதரர்களோடு

ஊமைத்துரையும் இதர வீரர்களும் சிறுவயல் காடுகளின் வழியே காளையார்கோவிலுக்கு வந்தனர்.

ராமநாதபுரம், சிவகங்கைப் பகுதிகளில் கிளர்ச்சியாளர்களிடம் இருந்து கும்பெனிப் படைகள் பல இடங்களையும் கைப்பற்றியது. தஞ்சை மன்னனின் உதவியோடு கேப்டன் பிளாக்பர்ன் காவிரியின் தெற்குக் கரைகளைக் கைப்பற்றினான். செப்டம்பரில் அறந்தாங்கியில் இருந்த கிளர்ச்சியாளர்களை விரட்டியடித்து தரங்கம்பாடி கிராமத்தை அழித்தான். சிறுவயலை நெருங்கியவன் இருபது மைல் தொலைவில் இருந்தபோது தன் படையின் ஒரு பிரிவை ராமநாதபுரத்திற்கு அனுப்பி னான். அக்டோபர் தொடக்கத்தில் காரைக்குடியை அடைந்தான். அங்கு ஓர் ராணுவ முகாமை நிறுவிய பிளாக்பர்ன் சிங்கம்புணரி காடுகளில் பதுங்கி இருந்த கிளர்ச்சியாளர்களை அங்கிருந்து வெளியேற்றினான். கடற்கரைப் பகுதிகளோடு அவர்களுக்கு இருந்த தொடர்புகளை முற்றிலுமாகத் துண்டித்தான்.

லெப்டினென்ட் மக்ளீன் தலைமையில் வந்த கும்பெனிப்படை புத்தூரின் தலைமையிலான கிளர்ச்சிப் படைகளைத் தோற்கடித்து உறையூரைக் கைப்பற்றியது. மக்ளீனை எதிர்த்து 3000 வீரர்களுடன் சென்ற ஊமைத்துரை அங்கிருந்து திரும்பினார்.

ராமநாதபுரத்தில் கர்னல் மார்டின்ஸ் குறிப்பிடத்தக்க வெற்றியைப் பெற்றதோடு சித்திரக்குடி மயிலப்பன் தலைமையிலான கிளர்ச்சிப் படையை அபிராமத்தில் வீழ்த்தினான். லெப்டினென்ட் மில்லர் கமுதிக்கு அருகில் கிளர்ச்சியார்களை தோற்கடித்து அப்பகுதியில் காலூன்றினான். காட்டிற்குள் மறைந்திருக்கும் வீரர்களுக்கு வரும் உணவுப்பொருள்களை தடுத்து அவர்களை பலவீனப்படுத்தும் வகையில் புதுக்கோட்டை தொண்டைமான் ஆங்கிலேயர்களிடம் ஒரு யோசனையைக் கூறினான். அதன்படி பாம்பனில் இருந்த தங்கள் படைத்தலைவனின் உதவியோடு தொண்டி துறைமுகத்தில் வலம் வந்துகொண்டிருந்த சிவகங்கைச் சீமைக்குரிய தோணி களையும், படகுகளையும் கைப்பற்றி ஆங்கிலேயர்கள் தீயிட்டுக் கொழுத்தினர்.

கடற்கரைப் பகுதியோடு கடலையும் கட்டுப்பாட்டிற்குள் கொண்டுவந்ததன் மூலம் கிளர்ச்சிப்படையினருக்கு உணவுப் பொருள்கள் வந்துகொண்டிருந்த வழியை ஆங்கிலேயர்கள் முற்றிலுமாக அடைத்தனர். பல்முனைத் தாக்குதல்களால்

ஆங்கிலேயர்கள் பெற்ற வெற்றியினால் கும்பெனியின் அதிகாரம் உறுதிப்பட்டது. முன் நகர்ந்தும், பின் வாங்கியும் வந்த கிளர்ச்சி யாளர்களும், பாளைய வீரர்களும் தங்களின் ஆயுதக் கிடங்காக விளங்கிய காளையார்கோவில் காடுகளுக்குள் தஞ்சம் புகுந்தனர்.

ஆயுதக் கிடங்கைக் கைப்பற்றிய ஆங்கிலேயர்கள்

அக்னியூ, காளையார்கோவில் மீதான தாக்குதலை இரண்டாவது முறையாகத் தொடுக்கத் திட்டமிட்டான். அதற்கு முன் அரசியல் ரீதியாக ஒரு குழப்பத்தை உருவாக்க நினைத்தான். மக்களிடையே மருதுசகோதரர்களுக்கு இருக்கின்ற செல்வாக்கை அகற்றுவதும், சிவகங்கைச் சீமையில் மன்னர் வாரிசு ஒருவரை அங்கீகரிப்பதன் மூலம் ராஜவிசுவாசிகளாக இருக்கும் மக்களைத் திரட்டுவதும் அத்திட்டத்தின் நோக்கமாக இருந்தது.

அதன்படி கும்பெனி கவர்னர் மூலம் 1801 ஜுலையில் ஒரு விளம்பரம் பிரகடனப்படுத்தப்பட்டது. அதில், 'சிவகங்கைச் சீமை நிர்வாகத்தை இயக்கி வந்த மருது சகோதரர்கள் சிவகங்கை அரச வழியினர் அல்ல என்றும், அப்பொழுது சிவகங்கை மன்னராக இருந்த வேங்கன் பெரிய உடையத் தேவர் சிவகங்கை சேர்வைகாரர்களுக்குப் பயந்து அடங்கிச் செயல்படுகிறார் என்றும், ஆற்காடு நவாப்பின் அதிகாரம் பெற்ற பிரதிநிதிகள் ஆங்கிலேயர்கள் மட்டுமே என்றும் குறிப்பிடப்பட்டிருந்தது. தவிர, சிவகங்கைச் சீமை மக்களை தவறான வழியில் நடத்திச் செல்லும் மருதுசகோதரர்களைப் பின்பற்றாமல் கும்பெனிக்கு மக்கள் அனைவரும் விசுவாசமாக நடந்துகொள்ள வேண்டும். இதை மீறிச் செயல்படுபவர்கள் தண்டனைக்கு உள்ளாக வேண்டியிருக்கும்' என எச்சரித்திருந்தனர்.

பிரகடனத்தோடு நின்று விடாமல் புதுக்கோட்டை தொண்டைமானின் உதவியுடன் அறந்தாங்கிக் காடுகளில் தலைமறைவு வாழ்க்கை நடத்தி வந்த சிவகங்கை மன்னரது வழியினரான படைமாத்தூர் கெளரி வல்லப பெரிய உடையாத் தேவர் என்பவரை தேடிப் பிடித்து சிவகங்கையை அடுத்த சோழபுரம் கிராமத்தில் வைத்து 12.09.1801ல் சிவகங்கை ஜமீன்தார் என்ற பட்டத்தையும் சூட்டினர். அக்னியூ நினைத்த படி இந்தத் திட்டம் அதற்கான விளைவுகளைக் கொடுக்க ஆரம்பித்தது. கவர்னரின் பிரகடனத்தால் மக்களிடையே குழப்பங்களும், எதிர்ப்புணர்வுகளும் அதிகமானது. இதுதானே ஆங்கிலேயர்களும்

எதிர்பார்த்தது! மக்களை குழப்பமடையச் செய்த ஆங்கிலேயர்கள் காளையார்கோவிலை மும்முனைத் தாக்குதல் மூலம் தாக்க முடிவு செய்தனர். 30.09.1801 என அதற்கான நாளையும் குறித்தனர்.

கும்பெனிப் படை அக்னியூ தலைமையில் மேலூரை நோக்கிப் புறப்பட்டது. சிவகங்கையின் மேற்கு எல்லையாக இருந்த மேலூரில் வெற்றி பெற்ற கும்பெனி படைக்கு அருகில் இருந்த பிரான்மலையில் ஏகப்பட்ட கிளர்ச்சியாளர்கள் பதுங்கியிருக்கும் செய்தி அவர்களுக்குக் கிட்டியது. அங்கு சென்ற எட்டயபுரம் கூலிப்படைகளும், கும்பெனிப் படைகளும் ஆயுதங்களால் அப்பகுதியைச் சல்லடையாய் துளைத் தெடுத்தனர். உயரமான மலை மற்றும் பலம் பொருந்திய கோட்டைச் சுவர்களின் மேலிருந்து தாக்குதல்களை நடத்திய கிளர்ச்சிப்படையினர் பீரங்கிகளால் தாக்கப்பட்டதோடு நாலாபுறமும் சிதறி ஓடவைக்கப்பட்டனர். அடுத்த கட்டமாக காளையார்கோவிலைத் தாக்கும் திட்டத்திற்கு படைகளைத் தயார்படுத்திய அக்னியூ 18 ம் தேதி பிரான்மலையைக் கைப்பற்றி மேலூர், சிங்கம்புணரி, நந்திக் கோட்டை வழியாக ஒக்கூரை அடைந்தான். வணியங்குடி, கொல்லம்பட்டி, முத்தூர் ஆகிய பகுதிகளைக் கைப்பற்றி காளையார்கோவிலை வந்தடைந்தான்.

கர்னல் ஸ்பிரே ஒக்கூரிலிருந்து கிளம்பி தன் படைகளுடன் சிறுவயலைக் கடந்து ஒருமாத காலமாகப் பாடுபட்டு தொண்டைமானின் கூலிப்படைகளைக்கொண்டு முன்பு உருவாக்கி வைத்திருந்த பாதையின் வழியாக காட்டுப்பகுதிக்குள் நுழைந்தான். அந்தப் பாதை முடிந்த இடத்திலிருந்து காளையார் கோயிலுக்குச் செல்ல இருந்த ரகசிய வழி ஒன்றை கைக்கூலி ஒருவன் காட்டித்தர அதன் வழியாக காளையார்கோவிலுக்கு வந்து சேர்ந்தான்.

கர்னல் இன்ஸ் சோழபுரத்தில் இருந்து கீரனூர் வழியாக வந்து சேர்ந்தான். இன்ஸ், ப்ளாக்டர்ன், மெக்காலே ஆகிய மூவரும் தத்தம் படைகளோடு காளையார்கோவிலை செப்டம்பர் 30ல் சுற்றி வளைத்தனர். அக்டோபர் 1ல் பீரங்கிகளைக்கொண்டு தாக்க ஆரம்பித்தனர்.

ஆங்கிலேயர்களின் இந்தக் கூட்டுத் தாக்குதல்களை கிளர்ச்சியாளர்கள் எதிர்பார்க்கவில்லை. நாலாபுறமும் சிதறினர். அவர்களை ஒன்றிணைக்க முயன்ற மருதுவின் முயற்சி

தோல்வியடைந்த போதும் சிதறி நின்ற வீரர்கள் சீறிப்பாய்ந்தனர். தங்களின் முக்கிய கேந்திரத்தை இழந்து விடக் கூடாது என போரிட்ட கிளர்ச்சியாளர்களும், பாளைய வீரர்களும் ஆங்கிலேயர்களின் துப்பாக்கி குண்டுகளுக்கும், பீரங்கிக் குண்டுகளுக்கும் இரையாகி விழுந்தனர். காளையார்கோவில் ஆங்கிலேயர்களின் வசம் வந்தது. மருது சகோதரர்களும், மற்றவர்களும் காட்டைவிட்டு வெளியேறினர். காட்டைப் பிடித்தவர்களால் அதைக் கட்டியாண்டவர்களைப் பிடிக்க இயலாமல் போனது. இதனால் ஏமாற்றத்துக்குள்ளான அக்னியூ தேடுதல் வேட்டைக்கு நாலாபுறமும் படைகளை அனுப்பி வைத்தான். தலைவர்களின் தலைக்கு விலை நிர்ணயிக்கப்பட்டு விளம்பரம் செய்யப்பட்டது.

காட்டை விட்டு வெளியேறிய மருதுசகோதரர்கள் சிங்கம்புணரி காடுகளில் சென்று பதுங்கினர். ஊமைத்துரை, செவத்ததம்பி போன்றவர்கள் வீரர்களுடன் வெளியேறி விருப்பாச்சி கோட்டைக்கு வந்தனர். கூட்டமைப்பின் ஆயுதக்கிடங்கை இழந்து வந்த ஊமைத் துரையும் அவரது வீரர்களும் கூட்டமைப்பின் ஆலோசனை மையமாக விளங்கிய விருப்பாச்சி கோட்டையை ஆங்கிலேயர்களிடமிருந்து கைப்பற்றினர்.

தலைமறைவான கிளர்ச்சிப்படைகளின் தலைவர்களை ஒருபுறம் படைகளை வைத்துத் தேடிய ஆங்கிலேயர்கள் மறுபுறம் அவர்களுடைய மறைவிடங்களாக இருக்கக்கூடிய காடுகளை அழிக்க முடிவு செய்தனர். காடுகள் நிறைந்திருந்த நிலங்களை பகுதி பகுதியாகப் பிரித்து மக்களிடையே குறைவான விலைக்கு ஏலம் விட்டு காடுகளை அழித்தனர். தன் பங்கிற்கு கூலிப் படைகளைக்கொண்டு காட்டை அழித்து அங்கு பதுங்கியிருந்த கிளர்ச்சியாளர்களையும், மறவர்களையும், அவர்களது குடும்பங்களையும் பிடித்து புதுக்கோட்டை தொண்டை மான் ஆங்கிலேயர்களிடம் ஒப்படைத்தான். என்னே ஒரு விசுவாசம்!

இயற்கை கொடுத்த பாதுகாப்பு அரண்களைப் பிடுங்கி எறிந்த மக்கள் மதிகெட்ட மந்தைகளாகிப் போனார்கள். மங்களத்தில் தங்கியிருந்து விட்டு சங்கரபதி காட்டிற்குள் மருதுசகோதரர்கள் வீரர்களுடன் சென்றதை அவ்வூர் மக்கள் காட்டிக் கொடுக்க மேஜர் ஷெப்பர்டு தலைமையில் கும்பெனிப் படை மங்களத்தில் முகாமிட்டு தேடுதல் வேட்டையைத் தொடங்கியது. அக்டோபர் மாதம் 19ம் தேதி சோழபுரத்தில் நடைபெற்ற போரில்

காயங்களுடன் பெரிய மருதுவைப் பிடித்த கும்பெனிப் படை சின்ன மருதுவையும் சுற்றி வளைத்தது. அக்டோபர் மாதம் 24ம் நாள் அவ்விருவரும் சிதைக்கப்பட்ட திருப்பத்தூர் கோட்டையில் தூக்கிலிடப்பட்டனர். கடலங்குடி பாளையக்காரரும் கொல்லப் பட்டார்.

விருப்பாச்சி கோட்டைக்குத் தப்பி வந்த ஊமைத்துரை, செவத்தையா வோடு திண்டுக்கல் மக்களும் கரம் கோர்த்தனர். நான்காயிரத்திற்கும் மேற்பட்டவர்களோடு விருப்பாச்சிக் கோட்டையைக் கைப்பற்றியவர்கள் திண்டுக்கல்லுக்குள் நுழைந்தனர். ஜோன்ஸ் தலைமையிலான கும்பெனிப் படைகளை எதிர்கொண்டவர்கள் அவர்களைத் தாக்கி முறியடித்தனர். தகவலறிந்த இன்ஸ் நன்கு பயிற்சியளிக்கப்பட்ட ஒரு படைப்பிரிவுடன் திண்டுக்கல்லை வந்தடைந்தான். அவர்களைத் தடுத்து நிறுத்துவதற்காக விருப்பாச்சி நோக்கி விரைந்த ஊமைத்துரை சேத்ரம்பட்டியில் தோற்று பின்வாங்கினார். கிளர்ச்சியாளர்கள் தனித்தனியாக சிதறிப் போனார்கள்.

அங்கிருந்து எஞ்சிய வீரர்களுடன் திண்டுக்கல்லை அடைந்தார் ஊமைத்துரை. அங்கும் கடுமையான தாக்குதலை எதிர்கொள்ள நேர்ந்தது. திண்டுக்கல்லில் இருந்து 51 மைல்கள் கால்நடையாகவே வத்தலக்குண்டை அவர்கள் வந்தடைந்தனர். அங்கு வைத்து கும்பெனிப்படை ஊமைத்துரையையும், மற்றவர்களையும் கைது செய்தது. ஊமைத்துரை, செவத்ததம்பி ஆகியோரை பாஞ்சாலங் குறிச்சிக்குக் கொண்டுசென்றனர். முன்பு பாஞ்சாலங்குறிச்சி போரின் போது பீரங்கிகளை நிறுத்த அமைக்கப்பட்ட மேடையின்மீது கழுமரத்தை நட்டு 1801 நவம்பர் 16ல் அவர்களை அதில் தூக்கிலிட்டுக் கொன்றனர்.

ஊமைத்துரை கொல்லப்பட்ட முறை குறித்து ஒவ்வொரு நூல்களிலும் வெவ்வேறுவிதமான தகவல்கள் இருக்கின்றன. சில நூல்களில் தூக்கிலிட்டுக் கொல்லப்பட்டார் என்றும், வேறு சில நூல்களில் அவரின் கழுத்தை அறுத்துக் கொன்றனர் என்றும் குறிப்பிடப் பட்டுள்ளது. தி.க. கலிய பெருமாள் 'நாட்டுக்கு உழைத்த நல்லவர் ஊமைத்துரை' என்ற தன் நூலில் சிறுமலையை விட்டுப் புறப்பட்ட ஊமைத்துரை வடதிசையை நோக்கிச் சென்றார் என்றும், அங்கு சில காலம் தங்கி இருந்தவர் பின்னர் இமயமலைக்குச் சென்று மறைந்தார் என்றும் சிலர் சொல்வதாக ஒரு குறிப்பைக் கொடுத்துள்ளார். மாறுபட்ட கருத்துகளுக்கு

மத்தியில் ஊமைத்துரை ஆங்கிலேயர்களால் கொல்லப்பட்டது மட்டும் உறுதி என்பதற்கான தகவல்கள் ஆதாரப்பூர்வ மானவைகளாக இருக்கின்றன.

செவத்ததம்பி, சிவஞானம், பெரிய மருதுவின் புதல்வன், முத்துக் கருப்பத் தேவர் உள்ளிட்ட பலரும் தூக்கிலிட்டுக் கொல்லப்பட்டனர். ஆயிரமாயிரம் வீரர்கள் மடிய ஆயுதம் தாங்கி நடந்த ஒரு புரட்சிப் போர் இவ்வாறாக துயரத்தில் முடிவடைய 1-12-1801ல் கும்பெனி தென்னக எல்லை முழுக்க தடம் பதித்து நின்றது. தூக்கிலிடப்பட்டவர்கள் போக கைது செய்யப் பட்டவர்கள் சொல்லொணா துன்பங்களுக்கு ஆளாக்கப்பட்டனர். எழுபதுக்கும் மேற்பட்ட கிளர்ச்சித் தலைவர்கள் நாடு கடத்தப் பட்டனர். அப்படி 1802 பிப்ரவரி 11ல் தூத்துக்குடியில் இருந்து பினாங்கிற்கு கொண்டுசெல்லப்பட்டவர்களில் சிலர் கப்பலிலும், சிலர் கடலில் மூழ்கியும் இறந்து போக எஞ்சியவர்கள் சிறையில் அடைக்கப்பட்டனர்.

-12-

பாளையங்களின் மறைவும், ஜமீன்களின் உதயமும்...

கி.பி. 1799ல் தொடங்கிய பாளையங்களின் எழுச்சியானது 1801 ன் மத்திய காலகட்டம்வரை உச்சத்தில் இருந்தது. 1801 ன் பிற்பகுதியில் அவைகளை கும்பெனி உள்ளூர் படைகளோடு இங்கிலாந்தில் இருந்து வரவழைக்கப்பட்ட ஆங்கிலேயப் படைகள், பீரங்கிகள், துப்பாக்கிகள் உள்ளிட்ட கனரக ஆயுதங்கள் மூலம் ஒரு முரட்டுத்தனமான தாக்குதல்களை நடத்தி நசுக்கியது. போர்களில் கொல்லப்பட்ட தலைவர்கள் போக சிறை பிடிக்கப்பட்ட பாளையத் தலைவர்களில் பலர் தூக்கிலிடப் பட்டனர். நாடுகடத்தப்பட்டனர். இப்படி முற்றாக பாளையத் தலைவர்கள் அழித்தொழிக்கப்பட்டனர். மக்கள் கிளர்ச்சி ஏதும் செய்யாத வகையில் தடுக்கப்பட்டனர். ஆங்கிலேய ஆட்சிக்குழு ஒரு முறைப்படியான நிர்வாக அமைப்பை உருவாக்குவதற்கான தடைகளை முற்றாக அழித்துவிட்ட நிலையில் நவாப்பின் அரச உரிமைகள் அதைச் செயல்படுத்துவதற்கான முயற்சியில் தடையாக இருந்து வந்தன.

பாளையங்கள் சார்ந்த பிரச்னைகளில் கும்பெனி எடுத்த தன்னிச்சையான சில முடிவுகளாலும், நவாப் என்ற அதிகாரத்தில்

உம்தத் உல் உமரா கர்னாடகத்தில் மேற்கொண்ட சில நடவடிக்கைகளாலும் அவனுக்கும், கும்பெனிக்குமான உரசல் ஆரம்பமானது. தங்களின் செயல்பாடுகளுக்கு ஒத்து வராத உம்தத் உல் உமராவை இணங்கிச் செல்லும்படி ஆங்கிலேயர்கள் கேட்டுக்கொண்ட போதும் அவன் அதற்கு உடன்படவில்லை. இந்தச் சூழ்நிலையில் ஸ்ரீரங்கப்பட்டிணம் வீழ்ந்ததும் மைசூர் அரண்மனையில் கிடைத்த ஆவணங்கள் வழி திப்புவுடன் தொடர்பு வைத்திருந்ததாகக் கூறி அவன் அதிகாரத்தைப் பறிக்க கும்பெனி திட்டமிட்டுக்கொண்டிருந்தது.

இந்நிலையில் நோய்வாய்பட்டிருந்த உம்தத் உல் உமரா 1801 ஜூலை 15ல் தனது இளையமகன் அலிஉசேனை அந்தப் பட்டத்துக்கு கொண்டுவந்தான். கும்பெனியின் செயல் பாட்டிற்கும், விருப்பத்திற்கும் அவனும் ஒத்துழைக்கவில்லை. இதையடுத்து ஒரு சில நாட்களிலேயே நஞ்சூட்டப்பட்டு அலிஉசேன் இறந்து போக உம்தத் உல் உமராவின் சகோதரன் மகன் ஆசீம் உத்தௌலாவை ஆங்கிலேயர்கள் அரியணை ஏற்றினர். கர்னாடகம் முழுவதையும் ஆட்சி செய்யும் அதிகாரத்தை கும்பெனிக்கு விட்டுத் தருவதற்காக அவனிடம் ஒரு தொகையைக் கொடுத்த ஆங்கிலேயர்கள் 1801 ஜூலை 31ல் அதற்கான ஒப்பந்தமும் செய்துகொண்டனர். அந்த ஒப்பந்தம் மூலம் நவாப்பின் ஆட்சியை முடிவுக்குக் கொண்டுவந்தனர். பாளையங்களின் முழு ஆட்சிப் பொறுப்பும் ஆங்கிலேயர்களின் கைக்கு வந்தது. ஆட்சிக்குழு நினைத்ததற்கேற்ப நிர்வாக முறைகளை அப்பகுதிகளில் செயல்படுத்தியது.

1801 டிசம்பரில் கவர்னர் மூலம் சீர்திருத்தம் சார்ந்த ஒரு பிரகடனம் வெளியிடப்பட்டது. அப்பிரகடனம் எஞ்சியிருக்கும் பாளையத் தலைவர்களுக்கும், கிளர்ச்சிக்கு ஒத்துழைப்பு கொடுத்த மக்களுக்கும் பொது மன்னிப்பு வழங்கியது. மக்களின் இப்போதைய வாழ்க்கை முறை, பழக்க வழக்கங்கள், மரபுகள் அப்படியே ஏற்றுக்கொள்ளப்படும் என அறிவித்தது. பாளையத் தலைவர்களுக்கு அவர்களின் சொத்துக்கள் மீதான உரிமையை வழங்கியதோடு வகுக்கப்பட்ட சட்டங்கள் மூலம் தங்கள் நில உரிமையை அவர்கள் அடைய வழிவகை செய்தது. தேவையற்ற நிர்வாகத் தலையீடுகள் ஏற்படாதவாறு செயல்படுவதற்கான வழிவகைகளையும் செய்ய உறுதி அளித்தது. இப்பிரகடனம் வழியாக பாளையக்கார முறையின் மறைவும், ஜமீன்தாரி முறையின் ஆரம்பமும் இயல்பாக நிகழ்ந்தது.

அதன்படி ராமநாதபுரம், சிவகங்கை, ராமகிரி, சாப்டூர் பாளையங்கள் அதை ஆட்சி செய்த குடும்பங்களுக்கு ஜமீன்தாரி முறை அடிப்படையில் வழங்கப்பட்டது. ராமநாதபுரத்தின் ஜமீன்தாரிணியாக ராணி மங்களேஸ்வரி நாச்சியாரும், சிவகங்கைக்கு கௌரி வல்லப ஒய்யாத் தேவரும் பொறுப் பேற்றனர். ஆங்கிலேய நிர்வாகத்திற்கு ஆதரவாகவும், அனுசரணையாகவும் இருந்த பாளையங்கள் மட்டுமே ஜமீன்களாகவும், அப்பாளையத்தை ஆண்ட பாளையக்காரர்கள் ஜமீன்தாரர்களாகவும் ஆக்கப்பட்டனர்.

1799ல் பாளையக்காரர் ஒழிப்பு நடவடிக்கைகளின்போது உரிமைகள் பறிக்கப்பட்ட பாஞ்சாலங்குறிச்சி உள்ளிட்ட பாளையங்கள் நேரடியாக கும்பெனி நிர்வாகத்தின் கீழ் கொண்டு வரப்பட்டன. அதேபோல 1801ல் பாளைய ஒழிப்பு நடவடிக்கைகள் தீவிரத்தில் இருந்தபோது அதிகாரங்கள் பறிக்கப் பட்ட பெரியப்படி, ஜல்லிப் பட்டி, மங்களம், தொண்டாமுத்தூர், திண்டுக்கல், கோயம்பத்தூர் மாவட்டங்களில் இருந்த பாளையங் களுக்கும் உரிமைகள் மறுக்கப் பட்டன. கும்பெனியாருக்கு விசுவாசமாக இருந்த பாளையப் பகுதி களோடு இப்பாளையங்கள் இணைக்கப்பட்டன. பாஞ்சாலங்குறிச்சி, நாகலாபுரம் பகுதிகள் எட்டயபுரத்தோடு இணைப்பு கண்டன. புதுக்கோட்டை தொண்டைமானுக்கு தஞ்சை மாவட்டத்தில் இருந்த கீழாநெல்லியின் உரிமை வழங்கப்பட்டது.

பாளைய எல்லைகளின் மறுவரையறையும், நிதி ஆதாரங்கள் பற்றிய விசாரணையும் முடியும் வரை காத்திருந்த கும்பெனி 1803 மே மாதத்தில் ஜமீன்தாரி முறையை இறுதியாக்கியது.

பாளையக்காரர் ‘ஜமின்தார்’ என்ற நிலைக்குள் சுருக்கப்பட்டார். ஜமீன் தாராக பொறுப்பேற்ற பாளையக்காரர்கள் தங்களின் ராணுவத்தைக் கலைக்கவும், கூடுதல் வரிகளைச் செலுத்தவும் ஒப்புக்கொண்டனர். தங்கள் ஜமீனில் நடக்கும் விழாக்கள், தங்கள் குடும்ப விழாக்களில் பயன்படுத்தும் விதமாக ஒரு குறிப்பிட்ட அளவிலான படைவீரர்களை வைத்துக்கொள்ள அவர்களுக்கு அனுமதி அளிக்கப்பட்டது.

ஜமீன் பகுதிகளில் இருந்த அனைத்துக் கோட்டைகளும் இடித்துத் தரைமட்டமாக்கப்பட்டன. ராமநாதபுரம், சிவகங்கை, திருநெல்வேலி சீமைகளில் இருந்த பல கோட்டைகள் சுவடு

தெரியாமல் அழிக்கப் பட்டன. இதன் உச்சகட்டமாக தங்களின் ஆட்சிக்கு ஒரு கரும் புள்ளியாக அமைந்துவிட்ட பாஞ்சாலங் குறிச்சி கோட்டையை முற்றிலுமாக அழித்து எறிந்தனர். அந்தப் பகுதியில் கோட்டை இருந்ததற்கான அடையாளத்தை மறைக்க ஏர்கொண்டு உழுது ஆமணக்கு விதைகளை விதைத்தனர். அரசாங்க ஆவணங்களில் இருந்து பாஞ்சாலங்குறிச்சியின் பெயரை நீக்கினர்.

கிளர்ச்சியாளர்கள் மீண்டும் ஒன்றுபடாமலிருக்கவும், கிளர்ச்சிகளில் ஈடுபடாமல் இருக்கவும் காடுகள் முற்றிலும் அழிக்கப்பட்டன. மக்கள் தங்கள் வசம் இருக்கும் ஆயுதங்களைத் திரும்ப ஒப்படைத்தமைக்காக இழப்பீடு தொகையும் வழங்கப் பட்டது. ஒரு கட்டத்தில் ஆயுதங்கள் வைத்திருப்பதும், ஆயுதங்கள் தரிப்பதும் தண்டனைக்குரிய குற்றம் என்ற நிலை மாறி இழப்பீடு தரும் நிலைக்கு மாறி இருந்தது.

ஜமீன் பகுதிகளில் சீர்திருத்தங்கள் பலவும் மேற்கொள்ளப்பட்டன. சாலை வசதிகள், தபால் துறை வசதிகள் செய்யப்பட்டன. பாளையத் தின் உள்பகுதிகளிலும் இந்த வசதிகள் விரிவுபடுத்தப் பட்டன. கூடுதல் ராணுவ நடவடிக்கைகள்மூலம் இடிக்கப்பட்ட கோட்டைகள் மீண்டும் கட்டப்படாதவாறு கண்காணிக்கப் பட்டன. இத்தகைய நடவடிக்கைகள் மூலம் தமிழகத்தின் தென்பகுதி முழுக்க ஆங்கிலேய நிர்வாகத்தின் முழுமை பெற்ற அதிகார எல்லைக்குள் கட்டுப்படுத்தப்பட்டது.

இவ்வாறாக தமிழகப் பாளையங்கள் வரலாறு முற்றுப்பெற்றது.

ஆக்கத்திற்கு உதவிய நூல்கள்

1. தமிழகத்தின் பிற்கால வரலாறு - பி. கோமதி நாயகம் - ஸ்ரீ விநாயகா பதிப்பகம்.
2. விடுதலைப்போரில் தமிழகம் - முதல் தொகுதி - ம.பொ. சிவஞானம் - எல்.கே.எம். பப்ளிகேஷன்ஸ்.
3. தமிழக வரலாறும் பண்பாடும் - வே.தி. செல்வம் - மணிவாசகர் பதிப்பகம்.
4. தென்னாட்டுப் போர்க்களங்கள் - கா. அப்பாதுரை - மெய்யப்பன் தமிழாய்வகம்.
5. கால்டுவெல் திருநெல்வேலி சரித்திரம் - பேரா. ந.சஞ்சீவி, பேரா. கிருஷ்ண சஞ்சீவி - காவ்யா பதிப்பகம்.
6. திருநெல்வேலி சீமைச் சரித்திரம் - குருகதாஸப்பிள்ளை - காவ்யா பதிப்பகம்.
7. தமிழக வரலாறு - பேரா.அ.மு. பரமசிவானந்தம் - பாரத் பதிப்பகம்.
8. தென்னிந்திய வரலாறு - டாகடர் . சுவாமிநாதன் - விஜயாசபரி பதிப்பகம்.
9. தமிழகம் பிரமிப்பூட்டும் ஒரு மக்கள் வரலாறு - கே. மோகன்ராம் காளிமுத்து - ஜெயம் பப்ளிகேஷன்ஸ்.

10. தமிழ்நாட்டுப் பாளையக்காரர்களின் தோற்றமும் வீழ்ச்சியும் - ஆங்கில மூலம் - கே.ராஜய்யன் - கருத்துப்பட்டறை பதிப்பகம்.

11. பாளையப்பட்டுக்களின் வரலாறு - தொகுதி 1 - 2 - தமிழ்நாடு அரசு தொல்லியல் துறை.

12. விஜயநகரப் பேரரசின் வரலாறு - டாக்டர்.அ. கிருஷ்ணசாமி - தமிழ்நாட்டுப் பாடநூல் நிறுவனம்.

13. மதுரை நாயக்கர் வரலாறு - அ.கி. பரந்தாமனார் - பாரிநிலையம்.

14. தஞ்சை நாயக்க மன்னர் வரலாறு - தஞ்சை நா. எத்திராஜ் - ராமையா பதிப்பகம்.

15. திருநெல்வேலி தளவாய் முதலியார் குடும்ப வரலாறு - தமிழில் : மா. அனந்த நாராயணன் - அச்சுப்பிரசுரலாயம்.

16. மாவீரன் பூலித்தேவன் - ம. நடராஜன் - தமிழரசி பதிப்பகம்.

17. வீரத்தலைவர் பூலித்தேவர், கும்மந்தான் கான்சாகிபு - பேராசிரியர் ந. சஞ்சீவி - தமிழர் பதிப்பகம்.

18. கான்சாகிப் மருதநாயகம் - செ. திவான் - சுஹைனா பதிப்பகம்.

19. கான்சாகிபு சண்டை - நா.வானமாமலை - மதுரை காமராஜர் பல்கலைக் கழகம்.

20. பாஞ்சாலங்குறிச்சி வீரசரித்திரம் - தொகுதி 1 - 2 - ஜகவீரபாண்டியன் - சி.வரதராஜுலு நாயுடு பிரஸ்.

21. கட்டபொம்மனும் கலெக்டர் ஜாக்சனும் - செ. திவான் - சுஹைனா பதிப்பகம்.

22. கட்டப்பொம்மன் கொள்ளைக்காரன் - தமிழ்வாணன் - மணிமேகலைப் பிரசுரம்.

23. சிவகெங்கைச் சீமை - கவிஞர். கண்ணதாசன் - கண்ணதாசன் பதிப்பகம்.

24. மாவீரர் மருதுபாண்டியர் - எஸ்.எம். கமால் - ஷர்மிளா பதிப்பகம்.

25. மானங்காத்த மருதுபாண்டியர் - பேராசிரியர். ந. சஞ்சீவி - காவ்யா பதிப்பகம்.

26. நாட்டுக்கு உழைத்த நல்லவர் ஊமைத்துரை - தி.சு. கலிய பெருமாள் - பழனியப்பா பிரதர்ஸ்.

27. விடுதலை வேர்கள் - சு. சண்முக சுந்தரம் - தன்னனானே வெளியீடு.

28. விடுதலைப் போரில் சேதுபதிகள் - எஸ்.எம். கமால் - ஷர்மிளா பதிப்பகம்.

29. தென்னாட்டுக்கோட்டைகள் - எஸ். குணசேகரன் - ஜெனரல் புக் கம்பெனி.

30. தென்னாட்டுப்புரட்சி - பொ. முத்துராமலிங்கம் - வானதிபதிப்பகம்.

31. ஆற்காடு நவாப் வரலாறு - ஜாகிர் உசேன் - பிரைக்ட் ஜூம் வெளியீடு.

32. தஞ்சையை ஆண்ட மராட்டியர் வரலாறு - தஞ்சை வெ. கோபாலன.

33. களம் பல கண்ட ஹைதர் அலி - ஜெகதா - சாருபிரபா பப்ளிகேஷன்ஸ்

34. கள்ளர் சரித்திரம் - ந.மு. வேங்கடசாமி நாட்டார் - சாரதா பதிப்பகம்.

35. அனந்தரங்கபிள்ளை நாட்குறிப்பு அடிப்படையில் எழுதப்பட்ட இணையக் கட்டுரைகள்.

36. இராமநாதபுரம் மாவட்ட விவரச்சுவடி

37. www.tamilvu.org

38. www.jeyamohan.in

39. www.keetru.com

காமராஜர்: வாழ்வும் அரசியலும்

மு. கோபி சரபோஜி

ஒருவரை அரசியல்வாதி என்று எதிர்மறையாக மட்டுமே இன்று அழைக்கமுடிகிறது. அந்த அளவுக்கு ஊழலும் சுயநலமும் பதவி ஆசையும் முறைகேடுகளும் அரசியல் களத்தில் பெருகிக் கிடக்கின்றன. இங்கே கால் பதித்தவர்களில் கறை படாமல் இறுதிவரை இருந்தவர்கள் வெகு சொற்பமானவர்கள்தான். அவர்களில் காமராஜர் முதன்மையானவர்.

இப்போது வாசித்தாலும் வியப்பளிக்கக்கூடியது அவர் வாழ்க்கை. காமராஜர் அளவுக்கு மக்களை மெய்யான அக்கறையுடன் நேசித்த, மதித்த இன்னொரு தலைவர் இன்றுவரை இங்கே தோன்றவில்லை. சாதி, மதம், கட்சி அபிமானம் அனைத்தையும் கடந்து இன்றுவரை அவர் மக்கள் தலைவராக நீடிப்பதற்குக் காரணம் தமிழகத்து மக்கள் அவர்மீது கொண்டிருக்கும் அசைக்கமுடியாத நேசம்தான்.

தூய்மையின் அடையாளமாக, எளிமைக்கு ஓர் உதாரணமாக, எடுத்த காரியத்தை உத்வேகத்துடன் செய்துமுடிக்கும் திறன் பெற்றவராக காமராஜர் இன்று நினைவுகூரப்படுகிறார். இந்திய அளவில் கல்வியில் தமிழ்நாடு முன்னணியில் இருப்பதற்கான அடித்தளத்தை அவர்தான் உருவாக்கிக்கொடுத்தார். தொழில் வளம், உள்கட்டுமானம், பொதுச்சேவைகள், மருத்துவம் என்று அவர் தடம்பதித்த துறைகள் ஏராளம். தமிழகத்தில் மட்டுமல்ல இந்திய அளவிலும் ஓர் தீர்மானகரமான அரசியல் சக்தியாக காமராஜர் திகழ்ந்தார்.

கட்டுக்கோப்பான முறையில் எழுதப்பட்டுள்ள இந்தப் புத்தகம் காமராஜரின் அசாத்தியமான வாழ்வையும் அவருடைய அரசியல் பங்களிப்பையும் எளிமையாக அறிமுகம் செய்துவைக்கிறது. காமராஜர் ஆட்சி எப்படி இருந்தது என்பதையும் மீண்டும் காமராஜர் ஆட்சியைக் கொண்டுவருவோம் என்று இன்றும் கட்சிகள் இங்கே முழங்கிக்கொண்டிருப்பது ஏன் என்பதையும் இதிலிருந்து ஒருவர் அறியமுடியும்.

ISBN 9789351351948 | 128 பக்கங்கள்

www.ingramcontent.com/pod-product-compliance
Lightning Source LLC
LaVergne TN
LVHW100342051026
849518LV00003B/872